Thảo mai trên dốc gió

Thảo mai trên dốc gió
Truyện **Nguyễn** Việt (2024)
Tác giả giữ bản quyền
Tranh bìa: Nguyễn Trọng Khôi
Trình bày: Nguyễn Cát Uyển

nguyễn viện

THẢO MAI TRÊN DỐC GIÓ

NHÂN ẢNH
2024

THẢO MAI TRÊN DỐC GIÓ

Bước vào cơn mưa đầu mùa nhưng tầm tã bất chợt, tôi để cho nước từ máng xối dội thẳng xuống người. Trút bỏ mọi nỗi e ngại bệnh tật và những thứ vớ vẩn khác. Tôi suồng sã với đất trời và vui thú như trẻ con. Như thể lần đầu tắm mưa. Như thể lần đầu cởi truồng. Tôi muốn tìm một thứ cảm giác "không phải thường ngày". Một việc nhỏ nhoi nhưng bỗng trở nên ngông cuồng với thể trạng của một lão già hơn bảy mươi xập xệ như tôi. Có thể tôi sẽ bị cảm lạnh hay trúng gió viêm phổi này nọ, thậm chí trụy tim và chết bất ngờ lãng nhách.

Biết thế nhưng tôi vẫn liều. Cũng chỉ để vui. Đi tìm cảm giác cho sự sống cũng thú vị như cảm giác cho sự chết.

Có điều gì đó rất khác khi cởi truồng giữa mênh mông. Lồng lộng và nhỏ bé. Tôi muốn tan vào mênh mông nhưng cái giới hạn khác biệt giữa tôi và thế giới cho dẫu trong suốt cũng không thể vượt qua.

Tắm mưa là cách tôi tưởng thưởng cho sự sống còn của mình sau một mùa nóng như trong chảo rang. Tắm mưa, tôi còn tìm thấy niềm thống khoái của kẻ bất chấp.

Tôi hò hét và múa may. Nhưng chẳng bao lâu, sân nhà ngập nước, ngoài đường ngập nước. Nước trên trời và nước dưới cống rãnh chui lên cùng với rác rưởi lềnh bềnh. Hoài niệm và dự phóng của tôi về một cõi miền thơ ngây biến mất. Dưới chân tôi, mặt đất hôi thối.

Sau cơn mưa, trời lại nóng như vẫn nóng.

Cơn nóng ngoài trời và cơn sốt trong tôi hầm tôi ra bã. Tôi uống thuốc cảm và tự nấu một nồi nước xông bằng thứ tinh dầu hỗn hợp theo truyền thống dân gian.

Trùm mền kín người, tôi như sống trong lòng "dân tộc", mùi khuynh diệp. Và mùi dân tộc thấm vào từng lỗ chân lông. Tôi nhớ đến bà ngoại, nhớ mẹ. Tôi há miệng cho hơi nóng từ nồi nước xộc thẳng vào cổ họng. Mùi của bà ngoại, mùi của mẹ. Thằng bé con muốn đi theo bà ngoại, đi theo mẹ.

Sau khi tắm lại bằng nước ấm, tôi lên giường nằm. Cơn sốt vẫn hầm tôi. Mệt đuối. Liệu tôi có thể chết hay sẽ chết như thế nào? Tôi không biết. Nhưng ngay lúc này tôi cần ăn cháo.

Bụng cồn cào trống rỗng. Tôi cố gắng ngồi dậy định vào bếp nấu ăn, nhưng mặt mày xây xẩm đi không nổi. Tôi lại nằm vật xuống.

Thiếp đi trong cơn sốt không biết bao lâu, khi tôi tỉnh lại, đầu nặng và choáng váng.

Bà tôi chết rồi. Mẹ tôi chết rồi. Tất cả mọi người trong gia đình tôi đều chết hết rồi. Nhưng tôi chưa muốn chết. Tôi gọi mụ bạn già hàng xóm, Thúy Kiều của tôi về hưu khinh bạc tột cùng và đáng yêu vô bờ bến. Bà vẫn làm phước cho thập loại chúng sinh như mua giùm một món đồ, nấu giúp một bữa ăn, công đức không tính toán. Bà cũng không tiếc thân mình cống hiến cho cách mạng toàn cầu giải khuây nỗi buồn của con chim hiu hắt trong quần tôi. Vì thế, tôi kính yêu bà và vẫn gọi bà một cách trìu mến là "bà mẹ dân tộc vĩ đại".

Thấy tôi nằm im trên giường, bà mẹ dân tộc sờ trán tôi, nói:

"Ông bị sốt nặng rồi."

Tôi nói đã uống thuốc, xông hơi rồi và muốn ăn cháo.

Bà mở tủ lạnh, nhìn thoáng qua, bảo:

"Chán mấy thằng cha đàn ông thật. Chịu khó nằm chờ tôi chút."

Nói xong, bà vội bước ra khỏi nhà.

Tôi nằm lơ mơ. Hình ảnh bà mẹ dân tộc vĩ đại luẩn quẩn trong đầu tôi. Tôi thật sự không biết gì về bà, ngoài việc ngày xưa từng làm gái như bà đã thú nhận với tôi. Điều ấy không làm hoen ố cuộc đời bà như bà vẫn đang sống một cách bồ tát.

Tôi chỉ có thể mường tượng về bà như một nhân vật tiểu thuyết.

Cô gái ấy được mẹ bồng bế từ làng quê tan nát vì bom đạn chạy vào thành phố. Cha vô danh trong giấy khai sinh. Có thể mẹ cô chửa hoang, cũng có thể cha cô đi làm cách mạng hay du kích, giải phóng gì đó. Cô không có cha như một phủ định. Và tôi muốn nghĩ về cô như một đứa con của sự tình cờ.

Mẹ cô và cô cũng như những người chạy loạn khác từ vùng quê vào thành phố, sống chui rúc trong mọi hang cùng ngõ hẻm như một bầy chuột.

Khi những người lính Mỹ xuất hiện ở miền Nam, họ được cứu rồi. Công ăn việc làm dễ dàng và thu nhập ngất ngưởng. Cùng với đô la, văn hóa Mỹ và sự bất trắc của chiến tranh đã làm thay đổi xã hội. Con người trở nên vội vã, phóng khoáng và cần hưởng thụ hơn.

Ngày ấy, cô còn bé tí. Mẹ cô đi bán bar. Phép màu của cuộc sống đã gột rửa mẹ cô từ một phụ nữ lam lũ quê mùa trở nên lộng lẫy và điệu nghệ phô trương nhục cảm. Bản thân cô cũng không kém phần sung sướng. Bơ sữa, chocolate và những trái táo thơm, những chùm nho chín mọng, những trái cam ngọt lịm như từ trên trời rơi xuống. Cô được đến trường và thỏa thuê với những con búp bê xinh đẹp dù mẹ con cô vẫn còn phải ở trọ.

Nhưng tuổi thơ cô cũng chỉ được chắp vá bởi những đổi thay của thời thế và cuộc mưu sinh thất thường của mẹ. Cô sống lăn lộn giữa nghèo hèn của ruộng đồng và sự phồn hoa mong manh trong thành phố.

Cô chưa bao giờ nhìn thấy một người đàn ông nào cạnh mẹ, kể cả cha cô. Chẳng bao giờ cô thắc mắc về điều ấy. Quanh cô chỉ toàn đàn bà. Bạn mẹ và bà Hai ở chung nhà, bà ngoại của bạn cô mà cô cũng coi như ngoại của mình. Và đấy là gia đình, quê hương, tổ quốc của cô, những phụ nữ khốn khổ và tăm tối. Dưới mái nhà thuê mướn ấy, cả dân tộc cô say xỉn và chửi thề vung tí mịt.

Gần như đêm nào về nhà mẹ cô cũng say. Cô ngủ với mùi rượu trên người mẹ. Và cô lớn lên trong mùi rượu.

Thành phố không chỉ toàn mùi rượu, mà còn đầy mùi lựu đạn cay. Những cuộc xuống đường, biểu tình liên miên. Lựu đạn cay làm cho cuộc sống khó chịu. Người ta bảo những người biểu tình là Việt cộng. Cô ghét Việt cộng, nhưng mẹ cô bảo đó là những người yêu nước. Cô vẫn ghét Việt cộng. Mãi sau này, khi ba cô trở về từ cõi chết, cô mới biết Việt cộng cũng là dân tộc. Và dân tộc là vinh quang.

Nhưng cha cô đã không trở về một mình. Ông mang theo một người đàn bà khác. Cô chẳng bao giờ có dịp sống với cha. Việc duy nhất có ý nghĩa ông đã làm cho cô là thay lại giấy khai sinh để cô có một người cha. Lý lịch của cô nhờ đó được ghi là gia đình cách mạng.

Cho dù thế, cuộc sống của hai mẹ con cô cũng không có gì thay đổi.

Khi mẹ cô bị bắt vào trường phục hồi nhân phẩm, cha cô đã bảo lãnh cho mẹ cô về. Cách mạng khoan hồng.

Những khó khăn của cuộc sống sau ngày chấm dứt chiến tranh càng trở nên khốn khó. Cô cũng không hiểu bằng cách nào mẹ cô vẫn nuôi được cô.

Sau khi tốt nghiệp phổ thông, cô nghỉ học. Và không biết làm gì.

Một hôm mẹ cô bảo:

"Má cần tiền để sang quán. Con giúp má."

Không chờ cô hỏi, mẹ cô nói tiếp:

"Má muốn con bán trinh. Chỉ có cách ấy má con mình mới mong khá được."

Thúy Kiều bán mình chuộc cha. Cô bán trinh để giúp mẹ có vốn làm ăn. Cũng là báo hiếu thôi. Cô không nói gì chỉ gật đầu.

Ngày cuối tuần, hai mẹ con cô đi Vũng Tàu. Nhưng không tắm biển, họ vào thẳng khách sạn và cô được giao cho một người đàn ông.

Một gã trung niên xì thẩu. Không đau đớn gì lắm như mẹ cô đã dặn dò. Vừa lạ lẫm thích thú vừa ghê sợ. Cô để mặc hắn muốn làm gì thì làm. Cũng chỉ là máu từ lỗn cô chảy ra, nhưng máu kinh thì ô uế xui xẻo, máu trinh lại thiêng liêng phúc lộc. Người đàn ông trịnh trọng gấp tấm khăn có máu của cô và bỏ vào túi xách. Một đêm trắng. Từ đó, gần như không bao giờ cô nhắm mắt.

Một tuần lễ sau, mẹ cô nói:

"Con đi làm với má."

Đứa con ngoan của dân tộc vĩ đại vâng lời mẹ, không thắc mắc.

Đó là một quán bia ôm bình dân do mẹ cô vừa mới sang lại của người bạn. Cô phụ mẹ nấu nướng, bưng bê và cùng ngồi tiếp khách với mẹ. Tự nhiên như mùi rượu bia mà cô vẫn hít thở từ thơ ấu. Và cô đi khách khi có yêu cầu.

Đôi khi cô cũng khó chịu vì đám đàn ông hôi hám, xử dụng đồng tiền của mình một cách bần tiện. Tuy nhiên, điều ấy với cô không quá quan trọng. Miễn có tiền, cô bất chấp.

Trong sâu thẳm, cô khinh bỉ đàn ông. Mặc dù, đàn ông vẫn là niềm vui của cô.

Bà mẹ dân tộc đem cho tôi tô cháo gà với rất nhiều hành. Bà bảo ăn ngay đi cho nóng. Tôi như đứa trẻ ngoan ngoãn ngồi dậy ăn. Mồ hôi toát ra đầm đìa. Bà lấy khăn cho tôi lau mặt, rồi cầm tô đi rửa. Sống một mình tự do tuy thoải mái nhưng cũng tiềm ẩn những khốn cùng. Có thể một ngày nào đó tôi chết thối trong nhà không ai biết. Thật ra, chết tôi không sợ. Nhưng tôi cũng ớn lạnh sự đau đớn và lo ngại những lúc không tự phục vụ được cho mình. Có lẽ bà cũng như tôi, sự đơn độc giống như một ngọn tháp, lừng lững và bất trắc. Và chúng tôi cần nhau nhưng không thể thuộc về nhau. Tự do trên hết và bất khả nhân nhượng.

Bà hỏi:

"Đỡ chưa?"

Tôi gật đầu. Nhưng bà không nhìn thấy, vặn lại:

"Tôi hỏi sao không nói?!"

Tôi bảo:

"Cũng đỡ. Bà có thể về được rồi. Cám ơn."

Bà hỏi lại:

"Chắc không?"

Tôi gượng cười:

"Cùng lắm là chết thôi."

Bà bảo:

"Không được nói thế."

Tôi ngồi lắng nghe trong cơ thể. Rất mệt nhưng không rõ

một điều gì, ngoài cảm nhận về một trái tim mong manh, nhịp đập và hơi thở hiu hắt.

Hết ngồi rồi lại nằm. Tôi vẫn nghe tôi. Sự sống và cái chết cùng hiện hữu. Cùng lúc tôi mất đi và cùng lúc tôi phục sinh. Điêu tàn và phong nhiêu. Tuổi già không phải là kết thúc.

Tôi nhớ bà. Hồi tưởng những đêm bà ngủ lại, lòng tôi vui. Ân sủng của từ tâm mặt đất. Bà không cuồng nhiệt nhưng đằm thắm đủ để không phí những ngày dài tưởng như thừa thãi của tôi. Và tôi nhận ra, sự tận hưởng cuộc sống là không lệ thuộc vào bất cứ điều gì. Nhận lãnh tất cả và từ bỏ tất cả.

Tôi lại lên cơn sốt.

Người đàn ông của cô gái là một người làm thơ. Vì làm thơ, anh ta không có tiền nhưng thừa hào sảng. Người đưa anh đến với cô là khách hàng thân thiết của mẹ cô, một người vô danh nhưng thích chơi với những người có danh. Ông này lắm tiền nhiều của. Ổng bảo anh thi sĩ:

"Bạn cứ thoải mái."

Anh thi sĩ tất nhiên vô tư thoải mái như cô đã là người yêu của anh từ muôn kiếp, một cách sành điệu. Chưa kịp uống gì, anh đã ôm lấy cô và nói:

"Em như một bài thơ."

Cô bảo:

"Anh đọc thơ cho em nghe đi. Em thích thơ lắm."

Anh nói:

"Rượu vào thì thơ mới ra được."

Thế là cụng ly. Hết một thùng bia cũng là lúc nàng thơ bị bóc hết vỏ. Cô trở thành mồi của thơ. Và thơ hùng hổ đâm vào háng cô. Chết đi sống lại.

Cô bảo, thơ quả có khác. Vừa được tôn thờ như vật linh, vừa

bị dập vùi trong thú tính man rợ của kẻ cuồng dâm, cô mê đắm hiến dâng không điều kiện cho thi sĩ chơi chùa. Những buổi ăn nhậu tụ bạ với bạn bè văn nghệ của chàng cũng do cô trả tiền. Cô trở thành nhà tài trợ của thơ, góp phần tạo nên một cuồng quốc thơ ngạo nghễ cho dân tộc Việt.

Và cô coi đó là một mối tình.

Mối tình ấy kéo dài được mấy tháng. Khi tình cờ phát hiện thi sĩ lén ôm mẹ cô, cô rút giày đập vào mặt hắn.

"Đồ khốn."

Thi sĩ chỉ lấy tay xoa mặt coi như không có chuyện gì. Chàng lạnh lùng bảo:

"Cứ làm như cô là người chung tình, chung thủy lắm vậy."

Cô gào lên:

"Đúng rồi, tôi làm đĩ để nuôi anh đó. Anh có biết nhục không?"

Thế là thi sĩ cuốn xéo.

Cô buồn nghỉ làm, bỏ nhà lang thang hơn tuần lễ mới về. Cô cũng không thật sự biết khi nào cô là đĩ, khi nào cô là người tình. Xúc cảm vốn hồn nhiên và là sự chân thành tối hậu của con người.

Mẹ cô bình thản nói:

"Tất cả mọi đàn ông đến đây đều là khách của chúng ta."

Cô không nói gì. Cuộc sống trở lại bình thường. Thật ra, cô và mẹ cô xưa nay, vẫn đôi khi cùng phục vụ chung một vị khách.

Tôi nằm dán xuống giường, hơi thở nặng nhọc. Chết đi, có phải là điều tốt lành không? Điều gì làm chúng ta sợ hãi? Tôi không muốn níu kéo điều gì. Một kết thúc tất yếu, nhưng không phải lúc này. Chúng ta bao giờ cũng tìm cách triển hạn cho cái chết, mặc dù chẳng để làm gì.

Dường như dòng máu trong đầu tôi mắc kẹt đâu đó. Tôi đã

uống thêm một viên Aspirin 81mg, ngoài một viên mỗi buổi sáng. Tôi lấy tay xoa đầu. Và vẫn rất bình tĩnh, tôi không nghĩ mình sắp chết, mặc dù tôi biết cái chết thật dễ dàng. Tôi không biết nếu sẽ chết thật, tôi có sẵn sàng và bình thản đón nhận được không.

Bà mẹ dân tộc quay trở lại. Tôi vẫn nằm im. Bà sờ trán tôi, rồi nằm xuống bên cạnh. Bà ôm tôi như đứa con bé bỏng.

"Không được bỏ em."

Tôi thiếp đi.

Giữa khuya tôi tỉnh lại. Thế giới yên ắng. Gió tràn qua cửa sổ dịu dàng. Tôi vẫn nằm trong lòng bà mẹ dân tộc. Mùi dân tộc nồng đượm rơm rạ. Mùi quê hương bốc cháy khen khét. Tôi ngồi dậy uống cạn ly nước. Rồi đi đái. Làm vài động tác hít thở sâu, tôi biết mình chưa thể chết.

Tôi nằm xuống đêm xanh ngắt và vùi mặt vào giữa cặp vú mềm nhão của bà. Ngủ tiếp.

Cô gái của dân tộc càng ngày càng hấp dẫn hơn. Không chỉ mông vú nẩy nở khiêu khích, sự khéo léo duyên dáng của cô bất khả tư nghị, bất khả chối từ. Nhà hàng của mẹ cô càng ngày càng đông khách. Các tiếp viên trẻ trung xinh đẹp ríu rít trong nhà hàng ngày càng nhiều. Cô phụ mẹ làm quản lý. Mẹ cô được tôn kính gọi là Má Hai. Cô cũng lên chức được gọi một cách thân yêu là Chị Hai. Chị Hai cũng trở nên kiêu kỳ hơn. Đặc biệt lắm, Chị Hai mới đích thân tiếp khách. Đó là các quan chức địa phương, hoặc các tay chơi mới nổi. Tất nhiên tiền bo dành cho cô phải khác. Nghề nào cũng có đẳng cấp.

Thỉnh thoảng cô được mời đi chơi xa. Cô được chiều chuộng. Và cô tận hưởng cuộc sống của mình. Thân xác cô mở toang và tâm hồn cô đón nhận không chỉ cuộc đời mà tất cả trời đất, ngọt ngào và bao la. Đĩ, một cách sâu thẳm.

Đàn ông với cô chỉ có nghĩa là giống đực. Cô ban phát như một người mẹ và cô đòi hỏi như một đứa con. Cô ngồi lên mặt cuộc đời. Cô đùa giỡn và cô kính cẩn. Tình yêu của cô không dành riêng cho một ai. Cô tràn trề hạnh phúc. Đĩ, một cách phơi phới.

Có một ông quan muốn độc quyền cô. Nhưng cô chỉ cười:

"Em là đĩ."

Ông quan bảo:

"Em muốn gì cũng được."

Cô lại cười:

"Anh có thể là của riêng em không?"

Thế là hết. Nhưng đời có nhiều quan và nhiều đại gia lắm. Cô tung tẩy thanh xuân khắp mặt đất.

Gã người Hoa dẫn cô đi dọc bờ biển bảo:

"Cả đất nước này sẽ thuộc về em."

Cô cười:

"Nhiều quá. Em chỉ muốn mấy thước vuông ở Thiên An Môn thôi."

Gã người Hoa tát cô. Tuy đau, nhưng cô vẫn cười sằng sặc. Gã lôi cô xuống biển và dí đầu cô xuống nước. Cô cắn vào chân gã. Gã bế cô lên, quăng xuống đất. Chưa thôi, gã xông tới và đè cô xuống bú và hiếp.

Không ít lần cô bị hiếp.

Cầm roi ngựa như một lãnh chúa, gã người Ả Rập bắt cô chổng mông bò trên cát nóng giữa sa mạc. Gã quất vào người cô khi cô chần chừ. Mặc cho cô gào thét, gã hành hạ cô như thú vật. Đến khi cô gần như hoàn toàn ngã gục vì nóng và đau, gã mới bế cô vào xe hơi và hiếp, trong lúc tài xế cho xe chạy.

Xong việc, gã hỏi cô:

"Một trải nghiệm thú vị chứ?"

Cô chửi thề:

"Thú vị cái con mẹ anh."

Gã cười khoái trá:

"Còn nhiều trò hấp dẫn nữa. Nếu em muốn có nhiều tiền."

Cô bảo:

"Tôi đéo cần tiền của anh."

Tuy nói thế, cô vẫn tiếp tục đi chơi với hắn qua mọi miền hư ảo của xứ dầu hỏa Arab Saudi.

Khi thả cô về lại Việt Nam, hắn bảo:

"Việt Nam, điểm đến của những giấc mộng hoang đường." Và hắn cám ơn cô. "Tôi sẽ tìm lại em bên đó."

Về đến nhà, cô cho người đánh thằng ma cô dẫn mối một trận trước khi cho hắn thêm ít tiền. Cô bảo:

"Để huế nhé."

Mắc tiểu, tôi dậy đi đái. Bà mẹ dân tộc cũng cựa mình, thức. Bà hỏi:

"Anh khỏe hơn không?"

Tôi đáp:

"Cũng đỡ."

Bà ôm tôi, một tay mân mê thằng nhóc.

Quả thật, thế giới hoang đường. Tôi không biết giữa sống và chết là cái gì. Tôi lơ mơ ngủ. Lơ mơ một hiện hữu giữa hai đùi. Nếu tôi chết đi, ngay lúc này, có phải là hạnh phúc không? Tôi không chắc. Không có điều gì thuộc về tôi.

Mẹ cô chết giữa cơn say.

Dù cũng đã lăn lộn nhiều, nhưng cô vẫn bị hụt hẫng. Cái chết của mẹ dẫn đến cái chết của nhà hàng, cô không đủ khôn khéo để giữ nó. Cũng có thể, cô không coi nó là quan trọng.

Ngày xưa mẹ cô sang cái nhà hàng bằng trinh tiết của cô. Bây giờ, cô dẹp nhà hàng bởi sự tự do của cô. Cô không coi nó là gia sản, dù nó là một dấu vết khó quên.

Cô lấy một người chồng Hàn Quốc. Không như những cô gái của dân tộc cô lấy chồng ngoại để cứu vớt kinh tế cho gia đình và bản thân, cô đã từng coi phim của Kim Ki Duk, sự bạo liệt hấp dẫn cô.

Xứ Hàn vừa cổ kính vừa hiện đại. Trời chiều lòng cô, cho cô một người chồng cục cằn, hung bạo. Không khác thường như những nhân vật của Kim Ki Duk, nhưng phong kiến và kỳ thị. Đấy là điều cô không mường tượng được. Người chồng buộc cô phải phục tùng như con ở. Tất nhiên cô phải bị đánh vì sự trái tính trái nết của cô. Đây mới thật sự là một trải nghiệm đáng giá của cô, cô không phải được sinh ra để làm vợ.

Chịu đựng hơn nửa năm, cô bỏ về.

Đàn ông của dân tộc cô tuy có hèn, nhưng ngoan nhất thế giới. Ta về ta tắm ao ta, cô nhủ mình như vậy.

Ông quan huyện tuổi trẻ đẹp trai con nhà truyền thống cách mạng nói với cô:

"Em về làm trợ lý cho anh nhé."

Cô bảo:

"Em đâu biết làm gì."

Quan huyện nói:

"Em phụ trách cái mảng tiếp tân, tiếp khách cho anh."

Cô hỏi lại:

"Được không?"

Quan huyện phán:

"Được quá chứ. Chuyên môn của em mà."

Hắn mua cho cô cái bằng đại học giả, ngành kinh tế. Cô trở thành công chức nhà nước trong một nốt nhạc.

Ngoài lương, cô còn được phụ cấp của hắn theo tinh thần cộng sản, "làm theo năng lực, hưởng theo nhu cầu".

Cô có sẵn một lực lượng dự bị vô số kể, trẻ đẹp sẵn sàng đáp ứng mọi yêu cầu của công tác, không ăn lương, chỉ lãnh tiền thưởng. Cô và các đồng môn của cô trở thành đồ trang trí trong các buổi tiếp tân, lễ lạc. Là mồi trong các tiệc tùng. Là tăng hai, tăng ba cho các quan thư giãn. Là niềm vui của cả nhân loại. Nhờ thế, hoạn lộ của quan huyện lên như diều gặp gió. Hắn lên tới đâu, cô lên tới đó. Từ huyện về tỉnh, lịch lãm và sang trọng. Đối tượng phục vụ của cô cũng càng ngày càng oai vệ. Cô trở thành bông hoa của cả tỉnh.

Cô vui, vì cô lại được là cô. Quyền lực của giống cái làm cô tỏa sáng. Cô sai khiến cả cuộc đời. Tuy nhiên, điều ấy đã làm cô mất cảnh giác. Những phụ nữ đoan chính ngứa mắt và những bà vợ hiền nổi giận. Cô bị đánh ghen.

Và cô bị tố cáo như kẻ lũng đoạn chính quyền.

Cũng nhanh như khi cô trở thành công chức, cô mất hết cũng chưa đầy một nốt nhạc. Quyền lực, công việc và bổng lộc. Thậm chí, cô còn có nguy cơ đi tù. May mắn cho cô, cô thoát nạn chỉ vì người ta muốn che giấu sự tha hóa quyền lực trước công luận. Nhưng ông quan của cô thì thân bại danh liệt.

Chẳng còn lợi lộc gì, cô bỏ ông quan không thương tiếc. Khi ấy, cô đã sở hữu hai căn biệt thự đẹp như mơ. Và mối quan hệ xã hội của cô đã trở nên rộng rãi.

Một hành trình khác bắt đầu. Cuộc đời có thừa lối vui và cô vẫn luôn muốn mình là kẻ chọn lựa.

Bước vào thế giới tinh hoa của những kẻ có tiền và quyền, cô hiên ngang với tư thế mới của mình. Không phải cô không biết mình là ai, mà cô quá biết người khác. Cả đàn ông và đàn bà.

Vốn liếng của cô không là cái đinh gì trong thế giới tinh hoa đương đại ấy, những kẻ vốn được gọi là vô sản trước đây. Nhưng cô biết sức mạnh của mình và cô tự tin. Tận dụng sự quyến rũ trời cho và khai thác mọi mối quan hệ, cô làm cò cho tất cả mọi giao dịch công cũng như tư. Mọi loại giấy tờ, thủ tục hành chánh cũng như mọi mong muốn, khát vọng vui chơi hay đổi đời, cơ hội làm ăn hay mua quan bán chức đều được cô kết nối giải quyết, tận tình và hiệu quả. Và cô trở nên cần thiết cho tất cả mọi người. Chợ đen hay chợ đỏ, cô góp phần làm cho guồng máy xã hội trơn tru thông suốt như nó phải thế.

"Không có việc gì khó, chỉ sợ tiền không nhiều." Cô mượn cái slogan ở đâu đó như châm ngôn cho cuộc sống của mình.

Càng gần về sáng, tôi càng cảm thấy mình khỏe hơn. Khi nằm đè lên người bà mẹ dân tộc, tôi như được tiếp sức bởi một nguồn năng lượng khác. Một cách bí ẩn, tôi chui sâu vào trong bà như tích tụ văn hiến bốn ngàn năm thủ dâm. Và bùng nổ.

Bà nói:

"Em sướng."

Tôi để sương đêm trùm phủ. Mịt mùng. Thế giới mênh mông quá.

Tôi vẫn sống.

Bà hỏi:

"Hôm nay anh muốn ăn gì?"

Tôi bảo:

"Gà luộc cho đơn giản."

Bà mắng:

"Đồ Bắc kỳ."

Bà rời khỏi nhà tôi, rất sớm. Tự nấu nước, tôi pha một ly Espresso. Nhâm nhi buổi sáng trong lành. Tôi chọn sự tối giản để tránh bớt phiền lụy. Làm vệ sinh xong các thứ, tôi phải nằm một chút trước khi ngồi vào bàn làm việc. Thật ra, đó chỉ là một thói quen, lướt xem tin tức trên mạng, viết vu vơ một điều gì đó như ghi chú cho những khoảng trống.

Không phải lo nghĩ điều gì cho cuộc sống là một hạnh phúc.

Gần trưa, bà mang cho tôi nửa con gà luộc, tất nhiên gà ta, nước mắm tiêu ớt, một ít cơm đủ cho hai người.

Bà làm đồ ăn ngon. Nhưng đấy không phải là diễm phúc hàng ngày. Bà chỉ nấu ăn cho tôi khi bà thích, hoặc khi tôi thật cần. Tất cả những ngày còn lại, tôi cơm đường cháo chợ.

Mạng lưới làm ăn của cô vươn lên tầm quốc gia. Cô buôn bán cả chính sách và các thể loại qui hoạch từ nhân sự đến đất đai. Cô tự hào là nhà tổ chức thành công mọi ước muốn. Cô có khả năng nâng một người tầm thường vô danh lên thành một nhân vật sừng sỏ, cũng như cô có thể biến nông thôn thành thành thị. Cô là bóng tối của lòng tham con người. Cả những điều tưởng như phi lý cô cũng có thể biến nó thành hợp lý, khi cô được trả tiền sòng phẳng.

Công việc cuốn cô đi theo dòng chảy của nó. Đến lúc cô là điều không thể thiếu của cuộc sống này. Cô mạnh mẽ một cách tuyệt đối. Và cô không có khái niệm quay về.

Nhưng cô có hạnh phúc không?

Không ai trả lời thay cô được, cô trở thành bản chất của cuộc sống. Và bản chất ấy, tự nó không vui không buồn. Tuy nhiên, cô vẫn là một người cô đơn cô độc.

Một nhân vật quyền lực nói với cô:

"Tôi và cô là một cặp đôi hoàn hảo."

Cô cười ngất:

"Không, em là người của bá tánh."

Quả thế, cô đánh đĩ với tất cả mọi thể loại nhân gian, miễn nó mang lại niềm vui và tiền bạc. Nhưng trên hết, có một thứ lợi ích không thể giao dịch, đó là tự do của cô, dù nó bất cận nhân tình.

Một đại gia không lấy gì làm tiếng tăm, gặp cô và đề nghị:

"Tôi muốn làm một cao tốc lên đỉnh trời, nối từ Hà Nội lên Phan Xi Păng. Cô thu xếp giùm giấy phép và giải quyết các vấn đề phát sinh như giải phóng mặt bằng với các địa phương. Phí dịch vụ sẽ do cô tùy nghi quyết định."

Cô nhìn lại anh ta, hơi ngạc nhiên:

"Đó là một dự án khủng. Anh đùa à?"

Anh ta bình thản:

"Tôi không dám đùa với cô. Cả cái dải đất hình chữ S này, nếu muốn, tôi cũng đủ sức mua."

Cô bảo:

"Có những cái không phải cứ có tiền là làm được. Anh có biết một dự án như thế không những phải được phép của thủ tướng, mà có khi còn phải được quốc hội thông qua, chưa kể dư luận xã hội."

Anh ta vẫn bình tĩnh:

"Tôi biết rất khó khăn. Vì thế mới nhờ cô."

Đây là một thử thách. Cô nói:

"Nếu tôi thất bại thì sao?"

Anh ta bảo:

"Tôi không tin cô thất bại."

Cô nói:

"Nhưng vẫn có xác suất thua chứ."

Anh ta vẫn tự tin:

"Vâng, tôi không tin số phận. Nhưng nếu chúng ta thua, thì bày keo khác thôi."

Anh ta rút từ trong cặp ra một bản dự án tiền khả thi và một hợp đồng với cô đã soạn sẵn đặt lên bàn. Cô được gọi là nhà tư vấn của một bên hợp đồng. Chi phí được bỏ trống để cô tự điền.

Cô bảo:

"Anh cho tôi một tuần lễ để trả lời."

Cô thích sự ngông cuồng.

Nguồn vốn của anh ta dường như vô hạn và cô không biết nó từ đâu tới. Cô chỉ có thể đoán hắn là người của Trung Quốc. Hơn ai hết, người Trung Quốc biết cách nói chuyện dưới gầm bàn. Và cũng không ai giỏi hơn cô chuyện đút lót. Cô được cung ứng những khoản phụ phí phát sinh theo tiến độ công việc, y như có một nhà máy in tiền.

Cô nghĩ tới một lưỡi dao chém xuống xẻ dọc khuôn mặt đất nước như một thứ trấn yểm của phong thủy Tàu, nhưng cô gạt nó đi khỏi đầu mình.

Chưa tới một năm, dự án được cấp phép. Nhưng giải phóng mặt bằng mới thật sự là vấn đề nan giải. Cô không thể nói chuyện trực tiếp với người mất đất. Cô cũng không thể can thiệp với chính quyền địa phương khi họ lạm dụng quyền hạn để ép uổng người dân. Cô nhìn thấy sự oan ức và uất hận. Ở đâu, người ta cũng tìm cách ăn chặn, ăn bớt, thậm chí gần như cướp trắng nhân danh lợi ích quốc gia. Cô chỉ biết tặc lưỡi cho qua. Đó không phải là trách nhiệm của cô.

Ngoài dự án chính đường lên đỉnh trời, cô còn vẽ cho các nhà đầu tư qui hoạch các khu dân cư mới quanh những điểm dừng và các lối ra, lối vào cao tốc.

Cô ăn ngập mõm, nhưng đấy là công sức của cô được đồng thuận. Cô không bóc lột. Cô không ăn cướp.

Và cô đi chùa cúng dường hoằng pháp. Cô cũng làm từ thiện cứu vớt những sinh linh khốn khó.

Cô phát hiện ra, đầu tư xây chùa to đẹp là cách kiếm tiền nhẹ nhàng và béo bở nhất. Cô cũng tin xây chùa là cách tích đức, giải nghiệp linh thiêng nhất.

Cô bàn với vị sư thân thiết kế hoạch của mình.

Cô nói xưa nay các chùa thường xây trên núi và nương tựa vào sự tĩnh tại của núi, tại sao không đem chùa ra biển để chúng sinh chiêm nghiệm lẽ vô thường của sắc tướng, hơn nữa nó còn tạo ra sự khác lạ hấp dẫn du lịch. Cô nghĩ đến Côn Đảo, một địa danh nổi tiếng có nhiều di tích lịch sử, đường bay thuận tiện, đường thủy dễ dàng và không quá xa Sài Gòn.

Nam Mô A Di Đà Phật. Sư ông bằng lòng ngay.

Đúng như kế hoạch, họ xin được chính quyền cấp cho một ngàn mẫu vừa núi vừa biển. Họ thuê kiến trúc sư từ Đài Loan, bảo đảm tính thẩm mỹ truyền thống và niềm tin phong thủy. Kết hợp con đường huyền ảo ven núi với các cụm công trình trên biển bằng những cây cầu bềnh bồng đã tạo nên một kỳ quan vô tiền khoáng hậu. Và đấy là ngôi chùa độc đáo nhất, to đẹp nhất châu Á.

Cô dồn hết tâm lực vào ván bài sinh tử đó. An toàn cho đời này và hạnh phúc cho đời sau.

Và cô đã nhìn thấy cả thế giới trong tầm mắt mình.

Đấy không phải cơn mơ, mà là một hiện thực có thể sờ mó. Và tiền thu vào thì đếm được. Dường như cô cũng không còn việc gì khác ngoài chuyện đếm tiền. Đến lúc này cô mới biết ông sư của cô chỉ là một kẻ giả sư. Tu là một đặc nhiệm của hắn. Cô cũng lại tặc lưỡi cho qua.

Anh chàng đại gia làm cao tốc lên đỉnh trời đến gặp cô, nói:

"Cô và tôi bây giờ môn đăng hộ đối rồi nhỉ."

Cô cười:

"Tôi không dám ganh đua với anh."

Hắn trầm giọng:

"Thật ra, tôi muốn nhìn mối liên hệ giữa cô và tôi ở góc độ khác."

Cô hỏi:

"Sao ạ?"

Hắn hỏi lại:

"Cô có tin số mệnh không?"

Cô nói:

"Tôi vẫn nhớ anh bảo trong lần đầu gặp tôi rằng, anh không tin số phận."

Hắn cười:

"Nhưng bây giờ thì tôi tin."

Im lặng một chút, hắn tiếp:

"Chẳng những thế, tôi tin cô và tôi hợp số."

Cô cười lớn tiếng:

"Anh muốn chia cho tôi cái dự án mới à?"

Hắn cũng cười:

"Đại khái vậy. Nếu cô đồng ý, tất cả những dự án sắp tới của tôi sẽ thuộc về cô một nửa, chỉ với một điều kiện duy nhất, cô về chung sống với tôi."

Cô giật thót người. Một đường đột ngoài sự mường tượng của cô.

"Anh tin bói toán đến thế sao?"

Anh ta bảo:

"Một phần thôi. Phần còn lại là tôi yêu cô."

Cô nói:

"Anh cũng biết đùa nhỉ."

Anh ta vẫn nghiêm chỉnh:

"Không, nói thật đấy. Tôi nghĩ mình có thể làm hợp đồng. Cô vẫn tự do, cũng như tôi."

Cô hỏi lại:

"Vậy thì điều gì ràng buộc để chúng ta có cùng chung số phận?"

Hắn nói:

"Chỉ cần sự hiện diện của cô bên cạnh tôi."

Cô bảo:

"Chỉ riêng điều đó đã làm tôi mất tự do. Mà như anh biết đấy, tự do của tôi là trên hết."

Anh chàng đại gia đẹp giai con nhà truyền thống cách mạng có thể đã biết rất nhiều về cô, nhưng có một chi tiết quan trọng nhất trong tính cách cô thì hắn lại không biết, đó là mọi điều trong đời cô chỉ làm theo hứng thú. Vì thế, sự từ chối của cô làm hắn chưng hửng.

Hắn gỡ gạc:

"Nhưng cô vẫn sẵn sàng hợp tác với tôi chứ?"

"OK", cô nói.

Hắn chào cô:

"Thật sự tôi rất tiếc."

Cô cũng cười:

"Thấy tiền mà không cầm được tôi cũng tiếc. Mong, mình vẫn là bạn của nhau."

Thế rồi, một ngày trời vẫn đẹp, nắng vẫn vàng, gió vẫn lộng, dưới mái chùa yên tĩnh, nhân vật đóng vai sư nói với cô:

"Đây là cơ sở tôn giáo và nó chỉ thuộc về giáo hội. Mọi liên hệ của cô với chùa coi như đã hoàn tất."

Cô trợn mắt:

"Ý thày là sao? Tính ăn cướp của tôi hả?"

Người giả làm sư nói:

"Cô bình tĩnh, tất cả mọi đóng góp của Phật tử xưa nay vẫn được coi là cúng dường."

Không giữ được bình tĩnh, cô nhảy xổ vào cào cấu đánh đấm ông sư, gào thét:

"Quân ăn cướp."

Cô bị tống ra khỏi chùa như một kẻ phạm thượng. Lưu tình, họ không gọi công an bắt cô.

Đúng là vô thường như cô đã nghĩ về nó. Cô bán bớt dần nhà cửa lấy tiền tiêu xài. Sự buồn chán càng khiến cô phung phí. Dẫu sao, cô cũng cảm thấy mình thong dong hơn.

Du lịch khắp nơi, cô tìm trai lạ. Và cô hoàn nguyên dĩ tính của mình một cách hoàn hảo. Có tiền cũng tốt, không tiền cũng chẳng sao. Cạo sạch lông và tóc, cô phục sinh trong ngọn lửa khởi nguồn sự sống. Tàn bạo và bất chấp.

Đàn ông điêu đứng vì cô. Đàn bà kinh khiếp cô. Cô bảo "chỉ vui thôi mà".

Lúc ấy, cô chưa biết ở phía bên kia dốc gió, tôi đang chờ cô.

Nhấp nhổm mà không biết làm gì, tôi chờ đợi trong mơ hồ một điều gì khác để thay đổi đời tôi. Nhưng tôi không đủ mạnh mẽ để tự đập vỡ mình, phá bỏ những ràng buộc vô hình. Bởi thế, tôi bồn chồn mà vật vờ.

Tôi không biết sống để làm gì nhưng vẫn chờ đợi.

Làm giáo viên ở một tỉnh lẻ, tôi như bị gói trong lớp lá chuối. Lên men. Nếu không có núi để tựa lưng và hướng vọng, chắc tôi chết. Ngọn núi trong tôi và ngoài tôi như một công án thiền tôi chiêm nghiệm và tôi mơ mộng. Thỉnh thoảng, tôi vẫn leo núi. Tôi leo lên cuộc đời mình và nhìn xuống vực thẳm. Và tôi khao khát nhảy xuống. Nhưng tôi chỉ là một giáo viên hèn mọn. Sự cháy bỏng của tôi được thắp lên bằng rượu và cái im lặng của núi. Tôi nằm trong nhà và tôi chết. Ngọn núi trở thành nấm mồ của tôi.

Thế nào mới là sống? Tôi không thể trả lời.

Nhiều cô giáo hỏi tôi:

"Sao anh không lập gia đình?"

Tôi nói tôi cần một cô gái hơn cần một gia đình. Đấy là một nhân sinh quan không thể chấp nhận được. Họ bảo tôi vô luân.

Nhưng đâu là cô gái của tôi?

Bà mẹ dân tộc đứng dậy bảo:

"Em về đây."

Tôi không nói gì, ôm bà hôn nhẹ.

Những khi có bà, tôi như một đứa trẻ, kể cả lúc làm tình. Tôi mường tượng bà như tổ mẫu Âu Cơ tái giá.

Suốt thời trai trẻ, tôi đóng vai một ông cụ nghênh ngang. Dẫu không giáo điều nhưng tôi truyền thống cả trong các suy nghĩ. Sự nổi loạn đôi khi của tôi cũng chỉ là cái thất chí bất phùng thời. Tôi chưa bao giờ dám đi tới tận cùng những vấn nạn con người của chính tôi. Chỉ đến khi về hưu, tôi mới dần gột rửa những hệ lụy của ước lệ văn hóa và định kiến nhân cách để sống như sơ nguyên vô sở trú. Dù tôi cũng không chắc đấy là minh triết hay mông muội. Thật ra, minh triết hay mông muội cũng không phải là điều tôi quan tâm. Tôi chỉ tin chắc một điều, lịch sử con người là một lộ trình sai lầm.

Bước xuống mê lộ, tôi tìm cảm giác mình vẫn sống. Nắng làm tôi xây xẩm choáng váng. Tôi cố gắng đi bộ hết một con phố nhỏ rồi quay về. Cái tổ của tôi chìm trong nắng, nhưng âm u. Tôi nằm vật xuống giường. Thở dốc.

Khi bán đến căn nhà cuối cùng, cũng là thời điểm tiền mãn

kinh của cô, cô muốn thay đổi. Trên Zalo, cô treo bảng: NHẬN ĐẺ MƯỚN. Và cô coi đây là niềm vui cuối cùng của mình.

Một người Trung Quốc tìm đến cô. Anh ta nói:

"Tôi mướn cô trước 6 tháng. Giá mỗi tháng một ngàn đô. Nếu cô có thai là con trai, tôi sẽ mướn cô tiếp cho đến khi đứa bé đủ 3 tuổi."

Một phú hộ nhà quê, hiền lành. Cô bằng lòng đi theo anh ta.

Cô dạy anh ta làm tình và dường như anh ta cũng nhận ra đàn bà không chỉ là cái máy đẻ. Anh ta cày bừa cô hết công suất. Cuộc sống không đến nỗi tẻ nhạt, đôi khi cô cũng cảm nhận được sự yên ấm của gia đình, cho dù tạm bợ. Và cô học cách để làm một người vợ truyền thống.

May mắn cho cô, đến tháng thứ ba thì cô có thai một thằng cu. Cô được cung phụng hết mức để cưu mang kẻ nối dõi tông đường Hán tộc.

Nhưng phúc phần của cô chỉ đến thế, đứa bé chết trong bụng mẹ trước khi được sinh ra. Không phải vì hợp đồng hết hạn, cô mang nỗi đau khổ của người mẹ mất con về lại Việt Nam.

Trải nghiệm bất thành của một người mẹ khiến cô khác đi. Đây mới thật sự là thay đổi của cô. Bao dung hơn, dịu dàng hơn. Cô bắt đầu biết quan tâm đến người chung quanh mà không phải làm từ thiện như trước kia.

Đấy cũng là lúc tôi gặp cô khi cô chọn về sống ở tỉnh lẻ này. Và tôi gọi cô là bà mẹ dân tộc bởi trái tim biết thấu cảm của bà.

Bà hỏi tôi như nhiều người đã từng hỏi tôi:

"Sao anh không lấy vợ?"

Tôi đùa:

"Có lẽ anh chờ em."

Bà bảo:

"Cũng lạ nhỉ. Anh đâu phải là người không biết tán gái."

Tôi nói:

"Lấy vợ sẽ là một thất bại của anh."

"Đừng tự ti thế chứ." Bà nói.

Tôi giải thích:

"Không phải vì anh sợ mình không mang lại hạnh phúc cho người khác, mà lấy vợ sẽ là sự đầu hàng của tự do trước những bất trắc của cuộc sống."

"Vả lại, anh là một người ích kỷ." Tôi nói thêm.

Bà bảo:

"Em nghĩ là anh chưa gặp đúng người mình cần thôi."

Tôi thành thật:

"Có thể."

Bà nói tiếp:

"Tình yêu đích thực thì đơn giản. Không biết yêu cũng thiệt thòi như không được yêu."

Tôi cười như thể nhìn nhận bà nói đúng.

Bà nhìn tôi dịu dàng:

"Anh đừng làm em lầm tưởng là trai tân đấy nhé."

Tôi đùa:

"Ở một khía cạnh nào đó, có khi anh zin thật."

Bà kêu lên:

"Má ơi, con sắp phá trinh trai già."

Chúng tôi cùng cười ngặt nghẽo.

Ai cũng có quyền mưu cầu hạnh phúc cho bản thân, cớ gì chúng ta phải nghiêm trang đạo đức giả?

Bà ấy tôn trọng sự độc thân độc lập của tôi, cũng như tôi chấp nhận cái chung chạ của bà. Thế giới đại đồng. Chúng tôi tự do và chia sẻ với nhau điều mình thích.

Khi có món gì ngon, bà mang cho tôi. Khi cần ôm ấp, tôi gọi cho bà. Tuy nhiên, không phải lúc nào tôi cũng được đáp ứng. Bà vẫn có những niềm vui khác. Bà là bà mẹ dân tộc, vĩ đại và bao dung, vì thế bà sẵn sàng san sẻ cho tất cả những ai cần đến bà. Dẫu sao, bà ấy vẫn cần có tiền.

Có lẽ, bà cũng chưa thật sự biết tôi còn zin chỗ nào. Ngay cả với tôi, cái bản nguyên lành lặn ấy cũng mơ hồ. Mặc dù, tôi chắc chắn rằng nó chưa hề được khai mở. Có thể, đấy là điều sâu kín nhất khiến tôi vẫn sống trong cảm thức cô độc. Tôi không muốn phá vỡ cái bí ẩn tối thượng này nhưng đồng thời tôi cũng muốn lột truồng nó như một dấn thân đến tận cùng cõi sống.

Thì đấy, tôi vẫn nửa vời giữa sống và chết, giữa quyết liệt và trốn chạy.

Bà mẹ dân tộc nói:

"Cái của anh nó xìu xìu ển ển không ra làm sao cả."

Tôi bảo:

"Biết sao được."

Bà ấy nói:

"Có cách cả. Vấn đề là muốn hay không."

Không cần chờ ý kiến tôi, hôm sau bà đến mang cho tôi một chai rượu ngâm linh tinh các dược liệu, nói:

"Anh uống cái này mỗi tối trước khi ngủ."

Rượu ngon, ngủ tốt. Sau một tuần, bà đến. Sờ mó tôi, bà nói:

"Chất lượng được cải thiện thấy rõ."

Quả thật, tôi đã có thể giương cờ khởi nghĩa. Lâu lắm, tôi mới lại tìm được cảm giác mạnh mẽ của giống đực. Tôi cướp chính quyền. Cách mạng vô sản muôn năm.

"Đụ là chân lý." Bà mẹ dân tộc phát biểu.

Chân lý thì không cần bàn cãi. Và tôi tái lập chân lý từ nỗi suy tàn của tuổi già. Hưởng thụ cuộc sống một cách đơn giản.

Tôi nói:

"Em là quà tặng của thượng đế."

Bà mẹ dân tộc bảo:

"Anh tùy nghi xử dụng."

Nhưng tôi không đủ tự nhiên để thỏa mãn những khao khát thầm kín của mình.

Như bị treo lơ lửng, tôi chênh vênh trong mọi cảm xúc.

Bà mẹ dân tộc nói:

"Đừng ngại ngùng. Cứ để cho suối nguồn tuôn chảy."

Chúng tôi uống chung một ly rượu. Đêm tối chìm sâu. Tôi mù mịt, ôm chặt bà. Và bà xoa đầu tôi.

Mỗi ngày, tôi đếm ngược khoảng thời gian còn lại bằng những cuộc làm tình. Tôi thích im lặng nhìn ngắm hơn đọc sách. Cũng tàn tạ như các bộ phận khác trong cơ thể, mắt tôi đang mờ dần. Tôi cũng không thể tập trung được. Cùng lúc, tôi có nhu cầu giải trừ những phiền toái của ràng buộc không cần thiết.

Bà mẹ dân tộc nói:

"Đôi khi ôm anh, em chỉ thấy một khoảng trống."

Tôi bảo:

"Anh đã thành ma rồi."

Bà ấy nói:

"Đụ là thực tại."

Tôi bảo:

"Đôi khi, thực tại cũng chỉ là ảo giác."

"Sướng là hiện thực." Bà ấy nói.

Tôi mơ hồ giữa thực và ảo. Có thể đấy là một trạng thái của sự cô độc thâm niên. Tôi có cần phải khác đi không? Tôi cũng không biết nữa. Dẫu sao, tôi cũng đang hạnh phúc.

Bà mẹ dân tộc là bầu trời của tôi. Yêu đương và làm tình đong đưa tôi giữa sống và chết.

Bà ấy nói:

"Anh không được bi quan."

Tôi vẫn yêu cuộc đời này. Yêu bà mẹ dân tộc của mình. Tôi muốn tận hưởng bà một cách trọn vẹn giữa sự mong manh của từng nhịp tim, từng hơi thở.

Bà mẹ dân tộc dạy tôi:

"Anh cứ buông thả mọi ham muốn và anh sẽ thấy một cảm xúc mạnh mẽ và chan hòa của một thực tại tuyệt đối. Đó là bản lai diện mục."

Nhưng lý trí kiềm soát tôi. Lực bất tòng tâm. Tôi luẩn quẩn đi ra đi vào. Thỉnh thoảng nhậu với bạn bè, cũng là ra vào luẩn quẩn. Những câu chuyện không dẫn tới đâu.

Bà mẹ dân tộc của tôi nói:

"Anh cần phải thoát ra khỏi chỗ này, hiện thực này. Đi chơi xa được thì càng tốt."

Rồi bà ấy lấy xe chở tôi ra biển.

Gió và sóng biển khuấy đảo tôi bớt tù đọng. Bà mẹ dân tộc mặc đồ tắm vẫn còn đẹp. Tôi nghĩ, tôi cần được thay máu. Khi thần khí tràn vào, bạn sẽ biết bạn phải làm gì. Nhưng tôi chẳng biết phải làm thế nào. Thần khí làm tôi căng lên. Tôi muốn tràn vào bà như sóng. Chúng tôi đi ăn rồi chúng tôi về khách sạn ôm nhau. Nồng nhiệt hơn.

Quả thật, thay đổi không khí làm hồi phục tôi.

Cứ khoảng hai tuần, bà mẹ dân tộc lại đưa tôi đi đâu đó. Bà ấy nói:

"Chăm sóc anh, em cảm thấy vui. Anh phải cố gắng sống, nghe không."

Tôi bảo:

"Dạ, còn má, còn con."

Dẫu thế nào, tôi cũng đáng được sống. Nhưng điều gì khiến tôi chỉ muốn chết? Đấy là một mơ hồ khác của tôi.

Ở ngôi chùa dường như không tưởng ngoài Côn Đảo, bà mẹ dân tộc chỉ vào từng góc, nói:

"Em có cảm giác ông kiến trúc sư là một hiện hữu khác của em. Ông ấy đã thực hiện những ý tưởng của em một cách không thể tuyệt vời hơn, biến cái hoang đường thành hiện thực. Em từng nghĩ đây sẽ là nơi em có thể nằm xuống và không bao giờ dậy nữa cho sự giải thoát. Nhưng đáng buồn, nó lại trở thành nơi chất chứa oán hận. Đôi lúc, em nghĩ chẳng lẽ cả niềm tin cũng chỉ một cuộc lừa đảo."

Tôi muốn nói một niềm tin đích thực chỉ có thể đến từ chính mình và cho mình, nhưng tôi im lặng. Tôi cũng chỉ là con người hoài nghi.

Tuy nhiên, bầu khí của ngôi chùa khiến lòng tôi dịu dàng.

Chúng tôi rời khỏi ngôi chùa và đi sâu vào rừng. Tôi nhận ra, cho dẫu kỳ vĩ đến đâu, sẽ chẳng có công trình kiến trúc nào kỳ diệu hơn thiên nhiên. Và tôi hít thở sâu hơn cái nguyên khí trong lành, ngọt ngào của trời đất. Tràn đầy lòng biết ơn, tôi ôm bà mẹ dân tộc của tôi và tôi bú bà ấy như tinh túy từ nguyên thủy.

Một cảm thức hậu hiện sinh viên mãn, chúng tôi nằm trên mặt đất tận hưởng cái bao la từ ngoài vào trong và tôi nhận biết mình đang sống những phút giây đáng sống nhất.

Khi ấy, tôi nghĩ về thần khí và thần khí an lành trong huyết quản tôi, thấm vào từng tế bào tôi, cả linh hồn và thể xác. Tôi cũng nhận ra, sự biết ơn là một ân sủng khác của thần khí và hiện hữu tôi trở nên thuần khiết.

Tôi tin rằng, cả bà ấy cũng thuần khiết như tôi, ít nhất trong lúc này.

Nhưng khi đứng lên, ngay lập tức tôi ý thức được một hiện hữu khác của tôi. Phàm tục và buồn chán. Tôi lại phải sống với những điều tầm thường nhất. Yếu đuối và bệnh tật.

Chúng tôi đi ăn. Lạc thú ăn uống của tôi và bà mẹ dân tộc rất khác nhau. Tôi vẫn thích những món ăn thuần Việt, món ngon mẹ nấu. Trong khi bà ấy thích ăn đồ Tây. Tuy nhiên, chúng tôi có thể chia sẻ điều này bằng cách thay đổi quán. Khẩu vị ăn uống và quan điểm xã hội không phải lúc nào cũng nhất quán. Tôi ăn uống truyền thống nhưng nghĩ và sống phi truyền thống như một cách thực hành nghệ thuật. Đành rằng sống không phải để ăn, nhưng ăn cốt chỉ để tồn tại cho thanh cao thì không phải là tôi. Ăn ngon mặc đẹp không chỉ là một nhu cầu chính đáng mà còn là một tinh hoa văn hóa. Sống là một nghệ thuật. Nhưng làm sao để chết cũng là một nghệ thuật thì không dễ. Cho dù người ta hoàn toàn có thể lựa chọn.

Thú vui ăn uống là thứ không thể ép, nhưng trang phục thì bà mẹ dân tộc buộc tôi phải theo sở thích của bà ấy. Một cách đơn giản, bà ấy mua quần áo cho tôi. Tôi không thể không mặc.

Bà ấy bảo:

"Trông anh trẻ trung, có gu hơn đấy."

Tuy nhiên, tôi cũng có thể hiểu được khi bà ấy nói:

"Em rất thích kiểu đàn ông ăn mặc đồng phục theo kiểu như mấy ông thầy tu, lính Mỹ hay bọn police. Nó kín đáo nhưng sexy kinh khủng. Nói thật, em chỉ muốn lột quần áo họ ra hiếp. Họ hùng dũng bao nhiêu thì em mê mẩn hùng hổ bấy nhiêu."

"Phạm thánh" là một cảm xúc phấn khích, gay cấn và bạo liệt. Đó cũng là một cảm thức nổi loạn mang tính nghệ sĩ. À há, tôi chợt nhận ra bà chính là một nghệ sĩ đương đại. Cả cuộc đời bà là một tác phẩm. Tự biên tự diễn.

Mặc quần áo của bà ấy mua, tôi thấy mình đẹp hơn. Đôi khi, tôi bị lột truồng ngay sau khi vừa mặc đồ xong.

Khi ở nhà, thường thì tôi chỉ mặc một cái quần xà lỏn. Tôi muốn để da thịt mình như cây cỏ cọ xát với gió trời. Tôi không cần phải lịch sự với đồ đạc trong nhà.

Tôi vốn thất thường, khi dửng dưng vô tâm, lúc say đắm ân cần. Giữa chúng tôi là sự xa lạ.

Tôi yêu sự thinh lặng và những khoảng trống trong đời mình. Khẩn thiết như cốt tủy. Và tôi biết, chính bà đã làm hiện hữu tôi bao la thinh lặng hơn. Sâu thẳm hơn. Nhưng cũng đầm đìa hơn bởi một tình yêu vồ vập và những ham muốn tình dục tràn trề.

Tôi đắm chìm vào tôi, nhưng bản lai diện mục là gì và tôi cần chấm dứt cái sinh mệnh dở hơi này thế nào, để làm gì vẫn ám ảnh tôi.

Bà mẹ dân tộc bảo:

"Anh giống như con sâu đo hay con cuốn chiếu. Tóm lại anh chỉ là một loài sâu bận rộn với chính mình."

Tôi choáng váng bởi nhận xét phũ phàng này. Tại sao tôi không thể thoải mái, vô tư tận hưởng cuộc đời này như bà?

Bà dạng chân ra bảo:

"Bú em đi."

Minh triết của trần gian có mùi nếp sữa.

Tôi lại trôi đi như sóng. Cơn mưa chiều nay tăm tối. Tôi bị ướt. Mềm nhão.

Bà mẹ dân tộc nói:

"Em không hiểu tại sao em lại thích anh được."

Tôi cũng không hiểu. Có thể chúng tôi đáp ứng cho nhau những khao khát chưa từng biết tới.

Tôi muốn đi đâu đó một mình. Vạ vật giữa nghìn trùng.

Bà ấy nói:

"Thế giới không đủ rộng lớn để tìm kiếm sự xa lạ."

Quả thật, sự quen thuộc và những quán tính của đời sống như thể con người chỉ có một lịch sử được lặp đi lặp lại. Tôi muốn đái vào lịch sử.

Bà ấy lại bảo:

"Làm cho em sướng đi."

Tôi ngồi trên mông bà và xoa bóp lưng cho bà ấy. Vai và cánh tay bà vẫn thon thả gợi cảm.

Bà ấy nói:

"Em thích cái kiểu cuộn cuộn."

Tôi dùng mấy ngón tay cuộn từng miếng da thịt chỗ giữa sống lưng và hai bên theo chiều từ dưới lên, nhiều lần. Sự chuyển động của da thịt giống như khai hoang, vỡ đất.

Bà ấy nói:

"Đê mê. Bóp mông em nữa."

Và tôi đã massage cho bà đến từng ngón chân.

Bà bảo:

"Lao động cho nên người."

Việc ấy trở thành nhiệm vụ của tôi mỗi khi chúng tôi ngủ với nhau. Và cả hai chúng tôi đều vui sướng. Phục vụ và được phục vụ.

Theo một cách nào đó, quả thật tôi nên người.

Tôi nói:

"Em cần phải được gọi là mẹ."

Bà cười:

"Anh muốn gọi em là gì cũng được."

Từ đó, tôi gọi bà là "bà mẹ dân tộc". Tôi được sinh thành trong tình yêu và sự đĩ thõa của bà.

Cơn mưa đầu mùa vẫn chưa dứt. Tôi vẫn như còn đang tắm mưa. Bà mẹ dân tộc là một cơn mưa khác, gột rửa và hồi sinh. Như thế tôi mãi mãi sơ nguyên. Và tôi tin bà mẹ dân tộc của tôi cũng cảm nhận được sự sơ nguyên tinh tuyền ấy.

Bà nói:

"Đôi khi, em thấy anh giống như trai tân."

Tôi cười:

"Em can tội phá trinh anh."

Bà ấy cũng cười:

"Phước cho anh được em khai hóa."

Rồi bà lại trầm ngâm:

"Anh như một vực thẳm. Quyến rũ. Yêu anh là một cách tự hủy diệt."

Nếu tôi là vực thẳm, thì liệu bà có phải là đỉnh núi để tôi ngưỡng vọng? Có điều gì đó không thể chạm tới, như vực thẳm và núi cao. Có lẽ cũng vì thế, sự hấp dẫn giữa chúng tôi với nhau dường như vô tận.

Quốc lộ 28 đi từ Đắc Nông qua Di Linh chen giữa cheo leo và mơ màng của núi và hồ. Nếu được chọn, đây sẽ là chỗ để tôi sang bên kia thế giới hay an nghỉ ngàn thu. Tôi nói với bà mẹ dân tộc ý nghĩ ấy, bà bảo:

"Nếu anh muốn, em sẽ mua đất dựng cho anh một cái cốc để anh an nghỉ với thiên cổ, nhưng đừng chết. Em không muốn chết."

Và em cũng thích làm tình với anh giữa ngàn thu tịch lặng và những khoảnh khắc thơ mộng đìu hiu này."

Nhưng thực tế nhất vẫn là dừng xe lại giữa đèo để đái và ngây ngất trong cảnh giới mấp mé hư ảo.

Đái là giải thoát.

Bà ấy bảo:

"Em cũng muốn đến cõi miền cực lạc."

Chúng tôi cùng xuống xe. Trong khi tôi chọn đứng ở chỗ quang đãng để phong lưu nhìn ngắm thung lũng, bà kiếm chỗ kín đáo ngậm ngùi với mộ cô Đạm Tiên.

Giữa những điều to lớn hay khắc khoải siêu hình, đái là một giải pháp. Chẳng có gì vô duyên hơn chết vì vỡ bọng đái.

Có vẻ như những mặt hồ đang bị bỏ quên giữa rừng núi, câm nín và diễm lệ. Tôi muốn ngạo nghễ đái cầu vồng xuống bao la phía dưới nhưng không thể. May là cũng không đến nỗi ướt giày.

Tôi thích thú đi bộ luồn lách giữa những bụi cây. Mùi ngây ngây của rừng vẫn quyến rũ tôi. Và tôi nghĩ đây là lúc tôi có thể biến đi, không tăm tích. Nhưng tôi thấy sợ. Chán và mệt. Tôi quay lên. Vươn vai hít thở đầy lồng ngực không khí trong lành để lấy lại sức, tôi vẫn chỉ là kẻ hèn mọn.

"Anh muốn nằm xuống."

Bà hỏi:

"Anh bị sao vậy?"

Tôi bảo:

"Anh không sao. Chỉ là anh muốn nằm."

Bà nói:

"Đừng nằm. Anh sẽ không dậy nổi. Ngồi xuống với em đi."

Bà ngồi xuống với tôi, ôm tôi và hôn cổ tôi.

Tôi nhìn trời rồi lại nhìn xuống mặt hồ. Lòng tôi mênh mang quá. Tôi chưa muốn chết. Sự tịch lặng vĩnh cửu tràn vào tôi.

Bà đưa tôi một viên kẹo. Chất đường làm tôi tỉnh táo. Chúng tôi đứng dậy lên xe đi tiếp.

Chỗ nào đẹp, chúng tôi dừng lại. Chậm rãi nhìn ngắm. Chậm rãi hít thở. Chậm rãi hôn nhau. Tôi níu kéo cuộc sống.

Dẫu thế nào, tôi vẫn thấy cuộc đời đáng sống. Sự truy tìm ý nghĩa của nó vừa nghiêm trọng vừa nhảm nhí. Giữa nghiêm trọng và nhảm nhí là dở hơi, nhưng để thong dong vô tư lự cũng không dễ. Từ thế hệ này qua thế hệ kia, con người bơ vơ giữa vô tận và người ta không ngừng tìm kiếm một cứu cánh. Tình yêu trở nên khẩn thiết như một cứu rỗi, nhưng tình yêu với tôi dường như có dường như không. Tôi trở thành nạn nhân của chính tôi. Vạ vật.

Bà ấy lại nói:

"Không được bỏ em."

Tôi cũng nói lại với bà ấy:

"Anh không muốn chết."

Đấy là một điệp khúc mong manh ràng buộc chúng tôi.

Một cơn mưa lớn bất chợt đổ xuống lưng đèo. Bà cho xe đi chậm lại. Rừng núi trở nên hoang mang.

Cũng hơi sợ, tôi nói:

"Có lẽ nên kiếm một chỗ rộng ngừng xe lại đợi cho bớt mưa. Trời còn lâu mới tối."

Bà im lặng không nói gì. Một lúc sau, chúng tôi cũng tìm được một cái quán bên đường. Bước vào quán, chúng tôi kêu cà phê sữa nóng. Cà phê không ngon lắm nhưng vẫn sướng bởi độ nóng và chút hương vị ma mị của nó. Dẫu sao cũng đã an toàn, tôi nhìn bà trìu mến. Người đàn bà phong trần trong mắt tôi bỗng yếu đuối. Tôi muốn ôm bà. Quán nhìn xuống phía dưới là dòng suối mù mịt.

Người đàn bà trong quán hỏi:

"Ông bà có muốn ăn gì không? Quán có trứng, gà nướng và cơm lam."

Tôi hỏi bà mẹ dân tộc của tôi:

"Mình ăn luôn nhé?"

Bà gật đầu. Chỉ trong vòng ba mươi phút, đã có cơm lam và gà nướng thơm phức. Cơn mưa cũng đã tạnh. Tuy chẳng có gì vội, nhưng chúng tôi cũng ăn nhanh để có thể đến Bảo Lộc trước khi trời tối.

Không phải lần đầu đi cung đường này, nhưng đi với bà mọi cảm giác của tôi đều khác. Nó là một cuộc phiêu lưu khác của tâm tưởng về cõi miên viễn của cái chết và tình yêu. Lần đầu tiên, tôi sợ mất bà.

Ở một nơi lành lạnh, nhàn nhạt như Bảo Lộc, không thể không uống cà phê vào buổi sáng và sữa đậu nành nóng vào buổi tối. Tuy thế, cũng không nên uống hai thứ đó với đường. Cái ngọt sẽ làm cho trời đất vốn đã phai nhòa lại thêm thớ lợ. Cũng may, đấy là gu của bà. Sau khi nhận phòng khách sạn, tắm rửa, chúng tôi ra phố tìm sữa đậu nành. Lề đường, khúc cuối nhà thờ chính đã có rất đông người ngồi. Mỗi người hai ly, sữa đậu nành bùi. Sướng thỏa và tỉnh người. Đi bộ qua vài con phố cho Bảo Lộc thấm vào người, bà ấy muốn vào ủ trong quán bar.

Bù Khú nằm trên một con dốc giăng đầy đèn xanh đỏ. Lòe loẹt hình như là một thể loại để xác định những chỗ vui chơi. Chúng tôi uống rượu cho đến khi buồn ngủ.

Gần sáng, qua một vài cơn mơ đứt khúc, tôi ôm bà từ phía sau và nứng. Nhưng bà vẫn ngủ vì mệt.

Trong quán cà phê có tầm nhìn rộng, chập chùng đồi núi và nương rẫy, bà nói:

"Tối qua uống rượu, em nhớ những ngày còn bán bia ôm,

thấy thương mình ghê gớm. Em không mặc cảm gì, nhưng em không muốn làm tình với anh trong tâm trạng của một gái bia ôm."

Tôi đặt tay trên đùi bà bóp nhẹ.

"Lẽ ra, anh đã hiếp em đêm qua, nhưng cũng tự dưng anh ngại ngùng."

Không phải giấc mơ nào cũng đẹp.

Bất ngờ bà ấy nói:

"Nếu má em còn sống, không biết má có thích anh không."

Tôi im lặng không phản ứng gì, bà tiếp:

"Ngày xưa, má và em vẫn tiếp chung một người đàn ông."

Tôi bảo:

"Anh là rể ngoan."

Bà nói:

"Má em háo thắng lắm. Đôi khi má cũng ghen với em. Em thây kệ. Em sống đời em, những gì cần để gọi là báo hiếu thì em cũng đã làm. Em không biết có phải vì thế mà em cũng không muốn có con không."

Tôi bảo:

"Anh cũng chưa từng nghĩ mình cần một đứa con để nhờ cậy lúc tuổi già hay nối dõi tông đường. Anh không muốn đòi hỏi gì ở người khác, kể cả một đứa con."

Câu chuyện trở nên buồn bã, mặc dù đấy không phải là những điều tôi quan tâm, cũng như bà. Tôi nghĩ sống và chết đời mình cũng đã quá đủ.

Trời trở lạnh. Tôi khoác lên vai bà chiếc áo ngoài tôi đang mặc. Chúng tôi kêu thêm cà phê. Hình như sắp mưa. Quán không còn ai. Gió bắt đầu thổi. Thật thú vị, vẻ đẹp u buồn của trời đất làm tôi xao xuyến.

Bà nói:

"Ôm em đi."

Tôi kéo sát ghế ngồi cạnh bà, nhìn mưa đổ hạt. Cô chủ quán mang cho chúng tôi bình trà nóng.

Khuôn mặt bà nhòe nước mắt.

Tôi không hiểu điều gì đang xảy ra trong lòng bà. Tôi chùng xuống và muốn ôm bà nhưng không thể, không phải vì ở nơi công cộng. Dường như có một khoảng cách không vượt qua nổi, dù đó chỉ là một ý nghĩ. Chúng tôi như hai ngôi sao đơn độc.

Chúng tôi ngồi rất lâu cho đến khi bụng đói. Vào quán cơm gà ở khu trung tâm, cơm ngon khiến chúng tôi dễ chịu hẳn.

Tôi bảo:

"Bảo Lộc dễ thương."

Bà nói:

"Nó êm đềm quá mức cần thiết."

Khi trở về, bẵng đi một thời gian rất lâu, chúng tôi không gặp nhau.

Trong số quán văn đi ăn sáng, tôi không chỉ thích món bánh canh cá lóc rau đắng nhất mà còn thích đôi chân thon đều dưới chiếc váy ngắn của cô gái bán hàng ở đó. Có thể cô không biết gì về việc tôi vẫn thích nhìn ngắm đôi chân của cô ở ngang tầm mắt, nhưng tôi luôn được tưởng thưởng bằng sự ân cần của cô. Dĩa rau dành cho tôi bao giờ cũng đầy. Tôi đáng được tội nghiệp chăng?

Cô nói chú cần ăn nhiều rau, rau đắng tốt lắm. Tôi không biết rau đắng có tốt không, nhưng tôi thích lòng tốt của cô. Tôi bảo, tôi ít có cơ hội ăn rau. Cô hỏi sao thế? Tôi nói vì tôi lười đi chợ. Cô lại hỏi không có ai đi chợ cho chú sao? Tôi bảo không. Nhờ thế, mỗi khi ăn sáng ở quán cô, tôi còn được cô gói cho ít rau đủ thể loại, khi giá sống, khi rau muống chẻ cho đến xà lách, rau đắng mang về. Đôi khi cô còn tặng tôi cả trái cây.

Tôi phải đáp đền cô thế nào? Tôi bảo giá như tôi có một người như cô. Cô bảo, thuê cô làm ô sin đi. Tôi cười bảo, ô sin tôi không có tiền trả, nhưng tôi cần một bà chủ hơn. Thế là cô không nói chuyện với tôi nữa, từ bữa ấy.

Đúng lúc bà mẹ dân tộc của tôi quay lại, bà lục tủ lạnh, nhìn thấy gói rau, bà hỏi:

"Rau anh mua à? Siêng vậy?"

Tôi nói của con bé bán bánh canh cho.

Bà sựng lại:

"Sao nó lại cho anh?"

Tôi bảo:

"Tại nó thấy anh không có rau ăn."

Bà hỏi tiếp:

"Nó tới đây hay sao?"

Tôi bảo không.

Bà vẫn hỏi:

"Sao nó biết anh không có rau? Sao nó lại cho anh?"

Tôi nói:

"Cũng tại chuyện cà kê dê ngỗng ở quán thôi."

Bà trở giọng khó chịu hơn:

"Anh tán tỉnh nó hả?"

Tôi bảo:

"Không, chuyện đãi bôi vậy thôi."

Bà nói:

"Anh coi chừng."

Bà vất gói rau vào sọt rác. Tôi không vui, nhưng không nói gì.

Phụ nữ ghen thì cứ để họ ghen.

Tôi mới mua cái võng. Nằm đu đưa như không có chuyện gì, lát sau bà mang cho tôi một ly cam vắt.

Tôi nói:

"Không ai có thể thay thế em."

Chúng tôi nằm đối diện nhau trên võng. Tôi bóp chân cho bà.

Bà nói:

"Gần nhà em có đám ma. Em qua đây tị nạn ít ngày."

Có lẽ không ở đâu, đám ma lại man rợ như Việt Nam. Kèn trống và ca hát ầm ĩ như rước quỷ. Suốt ngày suốt đêm. Không chỉ vì không chịu nổi cái dàn âm thanh giết người ấy, mà còn là cái cách người sống ứng xử với người chết, mê muội và phô trương, khiến bà kinh tởm.

Thế là tôi lại được ăn ngon giữa những cơn hứng tình dạt dào.

Bà kể, vừa qua bà được người ta thuê làm event rửa tay gác kiếm cho một quan chức lớn về hưu. Người thuê bà yêu cầu một chất lượng "đỉnh của đỉnh" và sẵn sàng đáp ứng mọi yêu cầu của bà.

"Em cũng hơi ngạc nhiên. Em hỏi người môi giới sao biết và tìm tôi ở đây. Anh ta bảo chúng tôi biết từng bước đi của bà, nhất là người đã tạo ra hai kỳ quan, cao tốc lên đỉnh trời ở ngoài Bắc và ngôi chùa huyền hoặc ở Côn Đảo."

Tôi nói:

"Cái gì họ cần biết thì không ai giấu được."

Bà hỏi tôi:

"Anh có thể tưởng tượng "đỉnh của đỉnh" là như thế nào không?"

Tôi nói:

"Thật ra, cũng khó biết thế nào là đỉnh. Vấn đề là sở thích."

Bà cười:

"Đúng. Và em đã hỏi người môi giới, ông ta thích là "vua của các vua" hay muốn là thần thánh?"

Người môi giới nói để anh ta hỏi lại. Hai ngày sau anh ta cho biết, ông chủ đã nói nguyên văn thế này: "Cuộc vui nào cũng đến lúc tàn, vua của các vua thì cũng đến lúc chết. Chỉ có thần thánh là bất diệt."

Ăn chơi, gái gú xưa rồi.

Sau đó em được đưa tới gặp trực tiếp người muốn bất diệt. Quả thật, ông ta không phải dạng vừa. Muốn làm thánh thì em cho làm thánh. Em đưa ra hai option, một là sẽ dựng ông ta lên như một giáo chủ với đầy đủ tín lý học thuyết, hai là nhập tượng bồ tát như lai gì đó bằng chân dung ông ta trên núi. Tất nhiên phương án một sẽ mất thời gian và tốn kém hơn. Em cũng đã dự kiến trong đầu sẽ thuê anh làm chuyện này.

Tôi chỉ biết cười thay vì khóc thét.

Tôi hỏi:

"Cuối cùng ông ta chọn phương án nào?"

Bà nói:

"Ông ấy ngông cuồng nhưng vẫn tỉnh táo, ông khen ý tưởng tốt. Về phương án hai ổng có thể tự thực hiện được. Ông ta quá khôn ngoan để cắt hợp đồng với em ngay lúc đó. Tuy nhiên, ông ta vẫn đàng hoàng hỏi em muốn lấy bao nhiêu? Em bảo em chỉ muốn được an toàn sống tới già thôi. Em cũng đâu có ngu."

Tuy nhiên bà vẫn được tặng một chiếc xe hơi nhãn hiệu Đức màu huyết dụ tinh tế hợp mệnh. Và tôi cũng hiểu không nên bép xép về thú vui của các ông lớn.

Tôi bắt đầu chú ý tới chung quanh hơn. Tôi hiểu thêm rằng, tôi bị soi mói kỹ lưỡng không chỉ bằng camera phòng trộm cướp gắn trên cột điện trước nhà.

Khi bạn biết tất cả mọi hành vi và ngay cả ý nghĩ của bạn đều được quan sát và lưu trữ, bạn sẽ sống như thế nào?

Tôn giáo và toàn trị trở thành một. Bạn chẳng còn cách nào khác là kệ mẹ nó.

Chúng ta không những cần thoát ra khỏi mọi khổ lụy của cuộc sống, mà còn phải thoát ra khỏi chính mình. U mê tuyệt đối và minh triết tuyệt đối cũng chỉ là một. Ở giữa là luân lý đạo đức đần độn. Con người hành hạ nhau vì giáo điều.

Đôi khi chúng ta vẫn lầm tưởng về sự lựa chọn của tự do. Nhưng thực tế cũng chỉ là một lộ trình của định mệnh. Rồi chúng ta chết với cái nghiệp đó.

Chúng ta an ủi nhau bằng tình yêu và những ý nghĩa vớ vẩn. Tôi chia sẻ với bà mẹ dân tộc của mình tất cả những ý nghĩ ấy, nhưng bà bảo bà không quan tâm, bà chỉ lo lắng cho sức khỏe của tôi thôi.

Tôi nhìn thấy ở bà sự vô tư, bất cần nhưng vẫn luôn đầy lòng trắc ẩn. Tôi cảm thấy an bình hơn. Ít ra bà cũng là người thân thích của tôi, trong mọi tình huống. Tôi không mường tượng được đời tôi sẽ ra sao nếu không có bà, mặc dù, gần như cả đời tôi đã sống cô quạnh. Và dù có bà, làm sao tôi có thể hết cô quạnh khi tôi vẫn là một cõi tăm tối hư vô.

Hiện hữu là một nghịch lý. Giữa có và không, tôi không đủ xác tín về bản thể cũng như cứu cánh của tôi trong cuộc đời này.

Dẫu thế nào, tôi vẫn cần bà. Khi ôm bà, hôn hít bà, ngửi mùi bà... tôi mơ hồ một nguồn cội.

Chen giữa những cơn mưa là nắng gắt. Thời tiết oi bức làm tôi ngạt thở. Thỉnh thoảng nghe tin người này người kia bị bắt, nhân dân bị khủng bố, đất nước bị xẻ thịt. Quê hương thành quán trợ. Và tổ quốc chỉ là một khái niệm lừa đảo. Kẻ cơ hội và người khốn cùng. Văn minh và mọi rợ. Vòng xoáy nhân sinh đảo chiều. Bà bảo kệ mẹ chúng nó. Tôi nói không một ai ngoài cuộc. Bỗng nhiên, tôi quên tất cả. Ký ức trống trơn. Tôi đang ở đâu và tại sao có mặt ở đây? Con người vẫn đi lại, nhưng đây là thế giới nào?

Không một dấu hiệu báo trước của cú đột quỵ đang đến. Tôi vội nhờ người đưa đến bệnh viện.

Huyết áp trên 18. Đo điện tâm đồ và thử máu. Truyền dịch và ngậm dưới lưỡi viên Captopril 25mg, kèm thuốc an thần và lợi tiểu. Sau hai giờ, trí nhớ phục hồi từng phần, và năm tiếng sau huyết áp xuống còn 15. Tôi xin về. Như giỡn chơi.

Giữa sống và chết là cái mong manh của hơi thở và nhịp tim đập hụt.

Hậu quả của cơn tai biến đó để lại cho tôi một cái đầu nặng nặng. Một thân xác nghiêng ngả và phập phù.

Não. Không phải lúc nào nó cũng thuộc về mình. Vì thế, đôi khi tôi sống bằng một sinh mệnh khác của ám ảnh. Hoặc tưởng như thế. Nhưng tôi không nghĩ mình là kẻ đa nhân cách. Cũng không hẳn là sự đánh mất mình. Có thể có một tôi dự phóng và một tôi của quán tính. Trở thành chính mình thật sự là một khái niệm hàm hồ.

Tôi chỉ muốn dưỡng não bằng những ý nghĩ nổi loạn. Nhưng nổi loạn thì đau tim. Bạn có thể bị ghép tội hình sự vi phạm thuần phong mỹ tục hoặc phản động chống phá chính quyền. Sự lưng chừng phân vân biến bạn thành kẻ trùm mền bạc nhược. Nếu có một chút lãng mạn, bạn có nguy cơ lỡ chuyến đò trở thành kép cải lương.

Người ta thường tự an ủi, "thì thôi, vui là chính." Vui được cũng còn là may. Đò ngang hay đò dọc thì cũng có nghĩa là buông mình cho kẻ khác.

Buông. Minh triết đôi khi cũng trở thành trò lập lờ đánh lận con đen của những kẻ rảnh háng.

Nghĩ lại. Rồi lại nghĩ lại về tất cả mọi vấn đề thường ngày của cuộc sống, tôi không biết mình đã lẩn thẩn chưa. Nhưng có điều chắc chắn rằng, với tôi, những chuẩn mực về giá trị vốn được coi là vĩnh cửu cũng tùy tâm, tùy thân, tùy thời. Bởi thế, tôi ít bận tâm phải sống như thế nào, mặc dù không ai có thể buông thoát khỏi những hệ lụy văn hóa đạo đức.

Bà mẹ dân tộc khoe:

"Tụi bạn em rủ tham gia nhóm Phụ Nữ Nhà Giàu Cô Đơn. Làm em cười quá trời."

Tôi hỏi:

"Giúp nhau hết cô đơn à?"

Bà nói:

"Đại khái vậy. Chia sẻ những phi công trẻ tài năng."

Tôi bảo:

"Cũng vui mà."

Bà nói:

"Em đâu cần thứ đó. Mà thích thì chơi chứ cần gì hội nhóm."

Tôi bảo:

"Bầy đàn cũng là một nhu cầu."

Bà nói:

"Đám này có tới vài chục ngàn thành viên. Dù sao em cũng công nhận rằng, đú đởn cũng phải có bạn bè mới vui."

Chậm rãi bà nói tiếp:

"Anh không phải là tất cả thế giới đàn ông, thậm chí nhiều cái chưa đạt chuẩn đàn ông, nhưng anh là một người đàn ông đích thực em cần."

Tôi cười:

"Để em trở thành bà mẹ dân tộc vĩ đại, phải không?"

Bà lắc đầu:

"Không, không. Không bao giờ em có ý nghĩ trở thành một bà mẹ, dù là mẹ của anh hay một đứa bé nào đó."

Điều đó hiển nhiên, nhưng có vẻ như tôi vẫn là một đứa bé. Tôi cầm tay bà hôn. Bàn tay mềm hơi xanh, truyền cảm chất chứa. Tôi hôn mu bàn tay rồi tôi lật ngược hôn lòng bàn tay và giữ nguyên như thế một lúc lâu. Không thể khác, tôi vẫn muốn bà mẹ dân tộc là mẹ tôi.

Tôi chợt nghĩ, tại sao tôi lại không thể là đứa con hoang của bà? Qui luật hay lô-gic là cái mả mẹ gì.

Như thế trời mưa rất to. Tôi nghe nước đổ dồn dập. Tôi chìm trong nước. Mịt mù. Bà kéo đầu tôi lên.

"Nghe đây. Anh phải hứa với em không được chết."

Hình như tôi đã hứa nhiều lần. Tôi không được chết. Điều ấy cũng không phải vô nghĩa.

Một người bạn chỉ tôi một số phương pháp luyện tập thân thể, nhưng rồi anh ta đã chết trước tôi. Tôi muốn sống. Rất nhiều người từng nói về ý muốn "đi trọn đường trần", theo những cách khác nhau về "đường trần", tôi chỉ thấy buồn cười. Dẫu sao, cũng chỉ là một cách sống. Tận cùng tôi có là một đường trần? Cơn mưa sẽ không bao giờ tạnh. Nước đổ ào ào như trời sập. Tôi vẫn chìm trong nước. Bà nâng mặt tôi lên và hôn. Tôi thích những nụ hôn ướt át đầy nước bọt. Cơn mưa lại dìm tôi xuống. Mưa là một cảm xúc. Và mưa không có mùa.

Bất khả và bất chấp. Giới hạn và không giới hạn. "Đường trần" của tôi là một bài ca vọng cổ đủ sáu câu trước khi lìa đời. Và tôi trần trụi, trơ trọi. Trôi đi.

Tôi nói với bà mẹ dân tộc:

"Anh muốn chúng mình sống khác đi."

"Nghĩa là sao? Anh muốn bỏ em hả?" Bà ấy lồng lộn.

Tôi vội giải thích:

"Làm sao bỏ em được. Anh chỉ muốn thay đổi theo cách là tổ chức lại cuộc sống, cho cả anh và em."

Bà bảo:

"Anh bận tâm làm gì. Cuộc sống tự nó sẽ điều chỉnh để thích nghi, để phù hợp."

Tôi nói:

"Anh cũng không biết anh có đang sống không nữa."

Bà xoa đầu tôi:

"Anh lại bi quan rồi. Để em tính."

Hai tháng sau, bà đưa tôi đến một tiệm sách và nói:

"Đây là của anh. Và công việc của anh là làm ông chủ. Mọi thứ cứ để nhân viên làm."

Công việc kinh doanh kiếm tiền không phải là của tôi. Tiệm sách trở thành thư viện của tôi. Nhưng người đọc sách chăm chỉ nhất lại là cậu nhân viên giao dịch. Trao đổi sách và tìm kiếm sách mới đều do cậu quyết định. Tôi thích cái gu đọc sách của cậu.

Cũng vẫn là kẻ vô tích sự, nhưng ít ra tôi tìm thấy niềm vui khi nhận ra những người trẻ khao khát tri thức. Tuy nhiên, tôi không muốn làm quen hay nói chuyện với ai.

Tôi chán tất cả nhân loại.

Bà hỏi tôi:

"Sao anh lúc nào cũng dọn đường để chết vậy? Tại sao không tích cực hơn để sống với em?"

Tôi nói:

"Anh không thể thiếu em."

Bà nói:

"Anh chỉ nghĩ đến anh. Còn em thì sao?"

Tôi nghĩ bà ấy có cả thiên hạ, nhưng không dám nói.

"Anh vẫn nghĩ đến em như một phần của anh." Tôi bảo.

Bà ấy thừa thông minh để hiểu rằng tôi không yêu bà ấy như tôi nói.

"Cứ như là thuyền và biển ấy nhỉ." Bà mỉa mai tôi.

Không muốn biện hộ hay giãi bày lôi thôi, tôi bảo:

"Dù thế nào, em cũng đã làm cho anh trở nên có ý nghĩa."

Một cách để thay đổi đơn giản nhất là kiếm một chỗ ngồi ăn mới. Tôi nói với bà ấy:

"Tự dưng anh anh thèm món canh cá rô dễ sợ."

Bà hỏi vẫn kiểu chọc ghẹo:

"Nhớ mẹ à? Có định méc mẹ không?"

Tôi bảo tôi là một thằng cha không có nguồn gốc.

Bà ấy nói:

"Em biết có một người nấu canh cá rô ngon nhất Việt Nam, có dịp em sẽ dẫn anh tới đó. Bây giờ thì kiếm cái quán cơm Bắc ăn đỡ vậy."

Chúng tôi ra xe. Suốt đường đi bà không nói gì.

Tôi bảo kiếm cái gì khác ăn cũng được, vì tôi biết bà không thích món ăn Bắc. Chúng tôi đến một quán của người Đài Loan. Vẫn là cơm kiểu gia đình, có lẽ lạ miệng, tôi thấy ngon.

Tôi không biết gì về Đài Loan, ngoài một đất nước đáng được kính trọng vì sự văn minh và tính kiên cường của họ. Nhưng bà mẹ dân tộc của tôi thì biết khá nhiều, đặc biệt về ẩm thực. Bà ấy đã từng sống bên đó một thời gian để làm gái, không kể những chuyến đi lại sau này làm việc với ông kiến trúc sư kiêm thầy phong thủy, người đã thiết kế ngôi chùa ở Côn Đảo.

Bà còn cho tôi nếm thử nhiều món ăn khác của người Hoa, từ ẩm thực của người Quảng Đông đến Bắc Kinh. Tất cả đều ngon, nhưng điều thú vị nhất với tôi lại là phát hiện về tính cách của các ông chủ quán người Hoa. Nói chung, họ đều toát ra cái vẻ cần cù khiêm cung. Trong khi ấn tượng của tôi về người Hoa là những hình ảnh văn học ngất ngưởng kiểu Lý Bạch bợm rượu, hay những kiếm khách coi trời bằng vung.

Ra đường nhiều hơn cũng có nghĩa là ít ngột ngạt hơn. Nhưng không phải vì thế mà tôi bớt suy nghĩ lẩn thẩn. Tôi vẫn mong muốn làm thế nào có thể chết như một quả pháo thăng thiên. Nhanh và đẹp. Cuộc sống vốn đã quá rườm rà, lê thê. Mọi thủ tục hay quan hệ xã hội đều phiền hà, nhàm chán.

Nhưng trước khi chết, dù thế nào cũng phải sống cái đã. Với một người già và bệnh hoạn thường xuyên như tôi, không phải chỉ cần sự yên tĩnh mà tôi cũng cần niềm vui, từ tinh thần đến thể xác.

Tinh dịch tôi tràn trề.

Khi cho bà mẹ dân tộc uống thứ nước nhờn có mùi tanh của mình, tôi mường tượng những mầm sống ấy sẽ tung tăng trong huyết quản bà. Tôi không cần lưu truyền nòi giống. Tôi muốn mình được chấm dứt vĩnh viễn.

Niềm vui là không bận tâm điều gì.

Tôi đến tiệm sách mỗi ngày như kẻ rỗi rãi la cà. Những cuốn sách dạy làm người bán được nhiều nhất. Các triết gia vẫn bị dè bỉu ở quê nhà nhưng xem ra con người vẫn không ngừng đi tìm sự khôn ngoan. Tuy nhiên, những con mọt sách thông thái vẫn thường bị rối loạn kinh mạch. Dở hơi.

Như bị tự kỷ bất chợt, các thể loại tri kiến dồn ép tôi đến độ không chịu nổi. Tôi cần phải chạy thoát khỏi chỗ này.

Tôi nói với bà:

"Anh trả tiệm sách lại cho em."

Sự trống trơn mới là nhu cầu của tôi. Nhưng tôi không lường được phản ứng của bà ấy.

"Anh điên à?"

Tôi không thể giải thích. Bởi tôi biết, càng giải thích, tôi càng trở nên điên hơn. Tôi nói như một kẻ vô tích sự:

"Anh không thích sách vở. Chỉ nhìn thấy nó, anh cũng rối loạn."

Bà ấy vặn lại:

"Thế sách vở đầy trong nhà anh là giấy chùi đít hết à?"

Tôi cười trừ:

"Có lẽ đến một lúc nào đó thì cũng nên thế thật."

Bà ấy bảo:

"Anh hết thuốc chữa."

Bà ngúng nguẩy bỏ đi.

Tôi cũng không ra tiệm sách nữa.

Dù thiếu bà và không còn bận bịu gì với công việc, tôi cũng không thể trở nên trống rỗng như tôi muốn. Thiếu bà, lòng tôi lại đầy lên những mong đợi. Bà hoàn toàn cắt liên lạc với tôi.

Tuy nhiên, người quản lý nhà sách vẫn đưa tiền cho tôi theo định kỳ hàng tháng. Tôi cũng chưa biết tính sao với số tiền ấy.

Ba tuần sau, bà quay lại.

"Em đi Đài Loan để tìm thầy phong thủy cho một cơm."

Bà cho tôi mấy hộp an cung ngưu hoàng và đông trùng hạ thảo do ông thầy phong thủy tặng. Coi như không có chuyện gì, tôi ôm bà trong lòng. Hân hoan.

Chúng tôi ra tiệm sách, sau đó đi ăn. Có phải tôi chỉ là kẻ đi dạo trên mặt đất này không?

Những cơn mưa kéo dài từ ngày này qua ngày khác tưởng như sẽ không bao giờ dứt. Nước đổ về từ thượng nguồn làm thành phố ngập lụt. Tôi nằm nhà như con sâu. Bà lặn lội đến và che chở tôi giữa hai bầu vú êm ấm.

Khi làm tình, tôi gọi bà là mẹ.

Không biết làm gì ngoài việc nấu ăn và ôm nhau.

Con đập lớn nhất vừa bị vỡ. Nước tràn vào nhà. Tôi không biết phải dọn dẹp như thế nào, mặc kệ chờ cho nước rút.

"Nếu nước tiếp tục dâng lên thì sao nhỉ?" Tôi nói với bà như tự hỏi mình.

"Em chẳng muốn nghĩ gì cả." Bà nói.

Tôi cũng không muốn nghĩ thêm. Ít ra, trong lúc này, tôi có bà.

Cùng lúc ấy, một dịch bệnh mới vừa xuất hiện tại Trung Quốc, lây lan nhanh và không có thuốc chữa. Chỉ trong một thời gian ngắn, trận dịch đã bao phủ khắp mặt đất. Mỗi ngày có hàng ngàn người chết. Các thành phố bị phong tỏa. Biên giới các quốc gia đóng cửa. Giãn cách xã hội và cuộc sống ngừng đọng.

Một cách giam hãm khác khu biệt mọi hoạt động con người. Tôi tự hỏi đây là tai nạn của thế giới hay sự trả thù của thiên nhiên? Có thể mọi thứ sẽ khác đi để thích nghi với tình huống mới hay sẽ là khởi đầu cho sự tàn lụi?

Tình yêu trở thành chỗ an trú cho sự chạy trốn của đời sống, tôi không biết làm gì hơn là ôm ấp bà và để bà ôm ấp. Tôi cũng không biết mình chờ chết hay hy vọng điều gì.

Cuối cùng những cơn mưa lê thê cũng chấm dứt. Bà thuê người dọn nhà cho tôi.

Dịch vẫn tiếp diễn. Thất nghiệp tràn lan và lòng nhân từ nào cũng có giới hạn. Cuộc sống càng lúc càng khó khăn hơn. Tiệm sách của chúng tôi cũng ế ẩm. Có nhiều thì giờ bên nhau hơn, cũng có nghĩa là chúng tôi đi chơi nhiều hơn. Không chỉ để nhìn ngắm phong cảnh và hòa giải với trời đất, sung sướng nhất là được hít thở không khí trong lành giữa rừng hay bên bờ biển giống như một cơ may để thanh lọc thể xác và nuôi dưỡng tâm hồn. Đôi khi, tôi nghĩ đến một tầng trời khác. Một loài người khác trong suốt như một loài sứa. Tình yêu và dục vọng là một, thuần khiết linh thiêng không bến bờ.

Tuy nhiên, tôi đang sống những ngày ẩn dật khép kín nhưng cũng phơi mở đến cùng tận. Khi ôm bà, tôi chỉ muốn chui vào trong bà hư vô hóa nỗi tuyệt vọng vô nghĩa của đời sống, như cách tôi tự phóng thích mình khỏi những giam hãm phi lý và ước lệ. Tôi cảm thấy mình thật hơn. Và đáng sống hơn.

Bà nói:

"Em không biết tại sao lại có thể yêu anh được."

Tôi chẳng có gì "ngon lành". Thậm chí hơi tệ. Tôi cũng thật sự không biết tại sao tôi lại cần bà đến thế. Không hẳn vì chúng tôi thích dâm đãng.

Cho dẫu thế nào, tôi cũng không thể tránh được cảm thức mình đang sống những ngày cuối cùng. Không phải vì dịch bệnh lây lan đe dọa mạng sống chúng ta một cách trực tiếp, tự tôi dường như cũng đã đến mép bờ của sự chết.

Không hãi sợ. Nhưng tôi cũng không thể tránh khỏi nỗi xao xuyến trước sự thật của cái chết.

Tôi nói với bà:

"Anh không mường tượng được nếu ngay lúc này không có em, anh sẽ thế nào."

Bà bảo:

"Thì anh lại kiếm một con mụ khác."

Chẳng có gì nghiêm trọng. Tôi bật cười.

Bầu trời ảm đạm. Sông đầy. Nước đứng mênh mang làm tôi cảm hoài một điệu vọng cổ của lưu vong kiếp người.

Tôi nói:

"Khi nào thu xếp được, theo ghe thương hồ ngao du một chuyến phương Nam chắc thú vị lắm."

Bà bảo:

"Muốn đi thì đi thôi. Nhưng em ngại rồi anh sẽ chán. Nằm trên ghe tù túng quẩn chân buồn lắm."

Tiếng máy nổ đều đều làm vỡ từng mảng không gian hiu hắt có lẽ không phải là điều dễ chịu. Tôi từng lau lách qua miệt vườn sông nước Cà Mau, chết đuối với thiên cổ.

Cuộc sống cần được buông thả như mây trời. Nhưng cuối cùng con người cũng đến để ràng buộc nhau. Tự do và cái đẹp được đúc khuôn.

Tự dưng, tôi muốn nhảy xuống nước. Vùng vẫy và lờ lững. Nhưng tôi vẫn ngồi yên đó. Cầm chai nước lọc tôi đổ lên mặt.

Bà nói:

"Ướt át gợi cảm quá đỗi."

Nhắm mắt, tôi thả trôi tôi bồng bềnh đến vô tận. Mường tượng bà đang liếm khuôn mặt tôi. Một xác chết.

Mở mắt ra, tôi thấy mình đang ngủ gục trong lòng bà. Mùi bà nồng cỏ dại. Bà bảo tôi như một đứa bé. Có lẽ thế, lúc nào tôi cũng muốn gọi bà là mẹ. Mưa nguồn thác lũ của tôi.

Bà gãi đầu cho tôi. Con sông chảy qua thành phố mang theo nỗi buồn của những dề lục bình trôi vô định. Tôi nhắm mắt ngủ tiếp giữa thinh không vắng lặng. Chiếc nôi của đời tôi dường như chỉ là một khoảng trống.

"Em chợt nhận ra, anh chính là sự êm ả mà em vẫn đi tìm."

Có lẽ đấy là điều chân thật nhất của một người sống giữa sóng gió và sự trá ngụy của những chân lý. Tôi ôm bà chặt hơn.

"Con yêu mẹ."

Bà cúi xuống hôn tôi. Dòng sông chảy qua tôi tràn bờ.

Tôi có đủ can đảm để chọn cho mình một cách chết hay không? Tôi vẫn tự hỏi nhưng chưa bao giờ trả lời cho mình. Dường như mọi dũng khí của con người cũng chỉ là để sống và chết thuận theo tự nhiên.

Người đàn bà của tôi giống như mặt đất. Tôi cắm rễ vào và vươn lên cho đến khi tự tàn úa. Ý nghĩa hay vô nghĩa, chỉ là một cách nói.

Thế giới đang thay đổi. Tôi vặn mình đứng dậy. Làm vài động tác thể dục cho giãn người, tôi nói với bà có thể sẽ đến lúc người ta phải chọn lựa sống uy dũng một mình, hoặc gắn bó với một ai đó hoàn toàn khép kín. Thế giới đóng hộp và những tương quan xã hội được thay thế bằng những "avatar". Các hoạt động kinh tế sản xuất sẽ do trí tuệ nhân tạo và các robot đảm trách. Hẳn nhiên, văn hóa đạo đức xã hội lúc ấy cũng sẽ khác. Nhưng tôi không mường tượng được tình yêu sẽ như thế nào.

"Có nghĩa là anh không tin tình yêu sẽ tồn tại?" Bà hỏi.

Tôi nói:

"Anh không biết."

Nghĩ đến những ngày sắp tới, tôi sẽ yếu hơn và bà sẽ già hơn. Sẽ cô đơn hơn. Cuộc sống sẽ đáng chán hơn, không chỉ vì sự tù túng mà còn là sự bất lực của bản thân.

Sự khẩn thiết được có nhau, sống bên nhau, vì thế không chỉ là tận hưởng mà còn là cánh chung của cuộc đời.

OK. Amen. Nhắm mắt đưa chân. Tôi ngã vào lòng bà.

Dịch cúm Vũ Hán không có dấu hiệu gì sẽ chấm dứt. Thậm chí, còn tạo ra những biến thể mới có khả năng lây lan mạnh hơn, nguy hiểm hơn. Cuộc sống như một cuộc chờ đợi cái chết. Nhưng trước khi chết, con người vẫn cần đẹp. Một cuộc cách mạng khẩu trang ra đời với những mẫu mã đa dạng mang một vẻ gợi cảm khác cho những khuôn mặt bị che giấu.

Bà mua khẩu trang cho tôi được thiết kế như cái quần lót, nói:

"Để anh luôn nhớ nguồn cội."

Khuôn mặt con người được trang trí và mang tính biểu cảm sân khấu. Nhưng cũng chưa bao giờ con người lại bị kiểm soát chặt chẽ đến vậy. Mọi giao tiếp xã hội đều được hệ thống an ninh y tế theo dõi. Tôi chợt nhận ra, khẩu trang không chỉ dùng để tránh lây lan dịch bệnh mà còn là cách chống đỡ của con người trước sự soi mói xã hội, mặc dù chính sở thích các mẫu mã, kiểu dáng của khẩu trang đã tự tiết lộ những ẩn ức chính trị hoặc sinh lý của từng cá nhân. Đồng thời, đeo khẩu trang cũng là cách con người diễu cợt, để kháng mọi xăm xoi thô lỗ của hệ thống.

Tôi nói:

"Vô thức và ý thức, những phơi bày và che giấu của con người với nhau, xét cho cùng cũng chỉ là sự hoài phí. Vô ích."

"Ngay cả sự bận tâm của anh cũng không phải là sự hoài phí sao?" Bà nhẹ nhàng búng vào miệng tôi.

Tư duy và tồn tại. Descartes không phải người đầu tiên cũng không phải người cuối cùng lẩm cẩm.

Hơn lúc nào hết, tôi cảm thấy mình cần phải tập thể dục.

Tôi đi bộ loanh quanh gần nhà, sau đó tập Dịch Cân Kinh. Mỗi cái vẫy tay, tôi muốn vất đi một điều gì đó. Nhưng "không còn gì" lại là điều khó nhất. Hít thở sâu, tôi vọng tưởng chan hòa trong trời đất. Cho dẫu đấy chỉ là một ý niệm, nhưng tôi vẫn cảm nhận được thanh khí trong cơ thể, nhẹ nhàng và đầy ân sủng.

Hàm ơn sự sống, những giấc ngủ đầy và cơn gió dịu dàng

thổi qua cửa sổ, tôi mơ màng một cõi nhân sinh vô nhân ảnh.

Con người đã sai lầm khi đặt tình dục trong phạm trù tội lỗi và bản năng thú vật. Con người cũng không cần phải được thần thánh hóa bằng những khát vọng tâm linh. Sự thiêng liêng của con người vốn hằng hữu như bản chất của tất cả mọi sinh linh. Và sự thiêng liêng ấy được biểu hiện qua tình dục, động lực của sự sống và nhất thể hóa sự sống.

Tôi ôm choàng lấy bà. "Vừng ơi, mở cửa". Tôi đạp chân tới chân trời và ba ngàn thế giới nổ tung. Chân như ứ hự. Mẹ ơi. Con ơi. Em ơi.

Không còn biết mình ở đâu, tôi như kẻ vô trọng lực.

Những người yêu nhau thì biết bay. Những bức tranh của Marc Chagall bảo thế. Hơn cả biết bay, tôi tan biến vào hư ảo trên các tầng trời và thấm xuống lòng vực sâu của hiện hữu.

Thấy tôi im lặng, bà hỏi:

"Anh có mệt không?"

Tuy không mệt, nhưng tôi không muốn trả lời. Tôi muốn được im lìm như chết. Tận cùng tôi là người khác. Quả là một trải nghiệm bất thường. Nhưng đấy không phải vong thân hay tha hóa. Bất nhị là chuyển hóa và hợp nhất.

Bà bảo:

"Anh ngủ đi."

Bà đứng dậy và đi đâu đó. Tôi ở lại một mình trong căn nhà u tối. Ngủ và ngủ. Tôi không muốn nghĩ ngợi gì nữa. Không phải chỉ có ba ngàn thế giới của chư Phật. Thế giới chồng lấn thế giới. Không có khe hở. Con người dập nát.

Có tiếng đập cửa và gọi tên tôi. Kệ mẹ mày. Nhưng người đập cửa không bỏ đi, họ tiếp tục gọi và hỏi ông có sao không? Sợ họ sẽ phá cửa tìm, tôi lười nhác chậm chạp bước ra.

Bà tổ trưởng dân phố nói lầm bầm trong cái khẩu trang:

"Ông đang ngủ à. Tôi xin lỗi. Tôi sợ ông bị gì."

Tôi quạu:

"Bị gì là sao?"

Bà tổ trưởng nói:

"Tôi sợ ông chết thối trong nhà chứ sao."

Rồi bà dí vào tay tôi tờ giấy bảo:

"Đây là tờ khai y tế. Ông khai đầy đủ chi tiết, chút tôi quay lại lấy."

Tôi đóng cửa ngủ tiếp. Ngày và đêm. Tôi như giẻ rách trong thùng rác.

Bà mẹ dân tộc của tôi trở lại và lôi tôi ra lau chùi. Thật ra, tôi vừa để lau vừa được lau.

Bà kể mới làm xong một event khá thú vị. Dạ hội hóa trang và bí mật. Để tránh lây nhiễm cúm tàu, tất cả khách tham dự đều phải bịt mặt kín chỉ để hở hai mắt. Khăn bịt mặt do chính bà thiết kế với dòng chữ "Tôi là của bạn" nổi bật ở giữa. Có đủ kiểu dáng và tính cách cho khách lựa chọn. Không ai biết ai. Tiệc buffet trong sảnh một biệt phủ có sân vườn rộng.

Cuộc chơi đầy thử thách. Bạn có thể thuộc về bất kỳ ai, cũng như bạn có thể sở hữu bất cứ ai.

Bà bảo tôi, anh có thể mường tượng nó đú đởn đến cỡ nào khi người ta đeo một mặt nạ để vất đi tất cả mọi mặt nạ khác.

Tôi cười nói:

"Em vĩ đại và quang vinh."

Bà bảo:

"Sau đó, em phải tự cách ly hơn hai tuần bằng cách về quê. Chán nhưng cũng êm ả."

Tôi nói:

"Đánh mất quê hương hay không quê hương, có khi còn thú vị hơn."

Bà nói:

"Em cũng không cho quê hương là quan trọng. Ở đâu mình yêu thích thì đấy là quê hương. Nhưng những kỷ niệm thời thơ ấu thì không quên được và gọi nó là quê nhà có lẽ biểu cảm hơn."

Thật ra, tôi cũng từng có một quê giữa cánh rừng miền Đông Nam bộ. Và quê nhà tôi đã biến mất trong chiến tranh, không một dấu vết. Tôi cũng có những hoài niệm về nó. Nhưng tôi chỉ muốn nhìn về phía trước hoặc không nhìn gì cả. Giữa mặt đất và bầu trời, tôi lưng chừng đảo lộn.

Bà rủ tôi về quê bà sống một thời gian cho an lành. An lành thì không chắc, nhưng tôi cũng muốn thay đổi.

Tôi nói:

"OK. Lúc nào chán thì về."

Cũng chẳng có gì để thu xếp. Sáng hôm sau chúng tôi lên đường.

Không giống một ngôi làng, những căn nhà nằm rải rác trong những khu vườn rộng. Cây ăn trái bạt ngàn. Bà đưa tôi đến một căn nhà ngói có hàng hiên chung quanh, sân phơi và cây bồ đề lạc điệu. Vật trang trí duy nhất trong nhà là cái mõ lớn đặt trước bàn thờ Phật.

Bà nói, đây là ngôi chùa của em. Ở đây, anh sẽ phải ăn chay.

Tôi đùa:

"Có phải tình chay không?"

Bà nói nghiêm túc:

"Chay luôn."

Cũng bất ngờ, tôi chỉ biết cười. Bà mẹ dân tộc vĩ đại và vinh quang, người tổ chức thành công mọi cuộc vui, lúc nào cũng thú vị.

Phòng ngủ hai giường. Chúng tôi có thể nằm nói chuyện hoặc tịnh tâm. Tôi nghĩ, dĩ tính phổ quát.

Có tất cả mọi thứ rau củ quả trong vườn. Bà chỉ đi chợ mua thêm ít nấm và đậu hũ. Trong lúc bà nấu nướng, tôi thả bộ trong xóm. Được biết những cây cầu từ ngoài lộ chính vào đều do bà bỏ tiền tự làm. Vì thế, ai cũng quí mến bà. Và mọi người tôn trọng sự riêng tư của bà, một cách ngoại lệ.

Cơm chay làm cho người nhẹ nhàng, khinh khoái. Giữa vườn cây xanh mát, tôi tu như một ngọn cỏ. Phất phơ và độ trì thinh không.

Không thấy bà tụng kinh, nhưng thỉnh thoảng ngồi gõ mõ, tôi không nghe ra trong âm vọng tiếng mõ hiu hắt ấy điều gì trong lòng bà hồi hướng.

Chúng tôi như hai cái bóng biết cười nói.

Dẫu sao, điều quan trọng nhất là chúng tôi được thanh thản. Xét cho cùng tôi còn mong muốn điều gì khi ăn ngủ đụ ỉa viên mãn.

Vừa về đến nhà, chúng tôi được an ninh văn hóa mời làm việc.

Tiệm sách bị niêm phong đóng cửa. Lý do, công an phát hiện có một số sách in lậu được bày bán. Quả thật, tình ngay lý gian. Sách được trao đổi qua lại, chúng tôi không thể biết sách nào in lậu, sách nào in có giấy phép hợp lệ. May chỉ là một đầu sách tiểu thuyết ngôn tình, không phải phản động chống phá chính quyền hay vi phạm thuần phong mỹ tục. Họ hỏi tôi có phải là tác giả không? Tôi bảo tôi không giỏi thế.

Tôi cảm nhận được mình trở thành đối tượng để an ninh theo dõi. Tuy cuộc sống không bị xáo trộn gì một cách cụ thể, nhưng tôi đã là một thực thể khác. Không chỉ là sự nhột nhạt, tôi như bị lột truồng trước công đường. "Điều gì các con nói trong tối sẽ được nghe trong ánh sáng, và điều gì các con thì thầm trong phòng kín sẽ được rao to trên nóc nhà." (Luca 12.)

Cho dẫu có vắc xin cúm tàu hay không thì cuộc sống vẫn phải tiếp tục. Không chỉ cúm tàu, có rất nhiều bệnh cũng như tai nạn để con người chết nhanh, chết nhiều. Sợ rồi cũng quen. Ngạt thở vì khẩu trang hay bất cứ điều gì khác rồi cũng quen. Thích nghi là một bản năng tồn tại. Nhưng trong nhiều trường hợp, thích nghi lại là điều làm cho con người trở nên tồi tệ.

Có những khác biệt giữa bà mẹ dân tộc và tôi. Nhưng tình yêu và sự chiều chuộng đã cải biến những khác biệt ấy thành sự san sẻ. Chúng tôi ít cãi nhau hơn. Và lại, chúng tôi cũng hoàn toàn hiểu rằng, cuộc đời đã vốn ngắn ngủi và cuộc sống còn lại của tôi chỉ là một triển hạn. Vì thế, điều gì có thể làm được cho nhau hạnh phúc thì làm và không hối tiếc. Tuy nhiên, không phải lúc nào cũng vui sướng. Đôi khi tôi muốn buông bỏ mọi sự, kể cả tình yêu của mình. Tôi không cho rằng, một mình là ngạo nghễ nhưng một mình cũng cần thiết như sự gắn kết với một ai đó, một cộng đồng.

Dẫu sao tôi cũng phân vân không biết có nên nói với bà ý định bỏ đi hay lẳng lặng tan biến.

Tận cùng tôi cũng chỉ là một huyễn hoặc.

9/2020

ĐĨ THÚI
& PHẦN CÒN LẠI Ở ĐỜI SAU

Gặp Mã Kiều Nhi trong một lầu xanh tại Bắc Kinh nhân chuyến đi sứ năm 1813, Nguyễn đã chới với. Đó là một kiều nữ tài hoa. Cầm kỳ thi họa đủ món ăn chơi vành ngoài bảy chữ vành trong tám nghề, đặc biệt là món thổi kèn điêu luyện theo đúng tinh thần Karma Yoga không phân biệt đối xử của nàng. Dẫu sao, Nguyễn cũng không tránh được cái mặc cảm của người tiểu quốc đi trả thù dân tộc. Vì thế, hành động vô cầu bất phân rất lương tâm chức nghiệp của Kiều Nhi khiến cho Nguyễn cảm động. Và chàng muốn chiếm lấy nàng, theo một cách nào đó tương tự như Từ Hải trong một giả định hóa giải oan nghiệp. Tất nhiên, khoản được gọi là "bo" của Nguyễn không thể so sánh với các hào phú bản địa, nhưng Mã Kiều Nhi thượng thừa bản lĩnh và thâm hậu nhân sinh hiểu được đây là cơ hội nàng bước vào một thế giới khác, mà ngay cả một hảo hán như Từ Hải cũng không thể làm nổi. Thế giới của ảo tượng văn chương.

Mã Kiều Nhi trốn theo Nguyễn về Việt Nam năm 1814.

Cho đến sau năm 1820, không còn ai ở Việt Nam biết Mã Kiều Nhi là ai nữa. Nàng đã có một khai sinh mới được gọi là Vương Thúy Kiều. Tôi chưa bao giờ ngưỡng mộ Truyện Kiều, nhưng tôi thích cái hệ lụy của Truyện Kiều.

Vì thế, có một Mã Kiều Nhi trở thành nhân vật văn chương và cũng có những Mã Kiều Nhi khác vẫn quanh quẩn đâu đó trong các lầu xanh. Nàng đi xuyên suốt dòng lịch sử từ những kỹ viện đầu tiên do Quản Trọng, Tể tướng nước Tề sáng lập khoảng 2700 năm trước đến các khu đèn đỏ đương đại. Đĩ là vĩnh cửu.

Sau khi vượt ải Nam Quan, Mã Kiều Nhi đã rũ bỏ bộ đồ hóa trang làm tên lính hầu của Nguyễn. Nàng trở lại là một cô gái xinh đẹp. Xinh đẹp và e lệ thì cũng đến lúc phải đi tiểu. Tiết tháng ba ở rừng biên cương mát mẻ và phong quang, vì thế nàng đã phải đi hơi xa để tìm một chỗ kín đáo. Kiều Nhi nhìn thấy một gò đất. Và nàng ngồi xuống. Cỏ vàng hiu hiu.

Bỗng nhiên, Kiều Nhi nghe thấy tiếng nói sau lưng mình: "Cô đã đánh thức tôi dậy."

Nàng quay lại thấy một cô gái dường như rất quen.

Đoán được điều ấy, cô gái nói: "Tôi là Đạm Tiên, cũng từng ở lầu xanh như cô ở Bắc Kinh. Tôi theo Mạc Đĩnh Chi sang đây."

Kiều Nhi hỏi ngay: "Sao chị không về Tràng An mà lại ở chốn hoang vu thế này?"

Đạm Tiên bảo: "Chuyện dài lắm, không có thì giờ để nói đâu. Em hãy đi theo chị."

Tại sao?" Kiều Nhi hỏi lại.

Đạm Tiên nói: "Vương phủ không phải là chỗ của chúng ta. Chị đã đến đó và chị đã quay về."

Kiều Nhi lại hỏi: "Chị muốn đưa em về?"

"Không, không phải trở lại Bắc Kinh, mà là trở về con đường của mình", Đạm Tiên giải thích.

Thấy Mã Kiều Nhi đi lâu, Nguyễn đích thân cùng vài tên lính đi tìm. Trong vòng vài dặm, không thấy một bóng nhà. Khi tối trời vẫn không thấy nàng đâu, Nguyễn và đoàn tùy tùng đều cho rằng Kiều Nhi có thể đã bị thú hoang ăn thịt.

1.

Mã Kiều Nhi đến một trong những trang trại ở khu vực rừng biên giới được các nhà đầu tư Trung Quốc thuê của Việt Nam.

Đạm Tiên dặn Kiều Nhi: "Em không được nói tiếng Hoa."

Kiều Nhi thắc mắc: "Ở đây toàn là người Trung Quốc không mà?"

Đạm Tiên bảo: "Tất cả bọn đàn ông đều thích của lạ. Bởi vậy em hãy nói tiếng Việt hoặc tiếng dân tộc nào ở Việt Nam cũng được."

Chính sách mỗi gia đình chỉ có một con của Trung Quốc dẫn đến tình trạng đàn ông khó tìm được vợ. Đến Việt Nam không phải chỉ là lời mời gọi của miếng cơm manh áo mà còn bởi cơn quẫn bách thèm khát giống cái của lao động giống đực Trung Quốc đòi được giải quyết. Giống cái Việt vừa đẹp vừa nhiều vừa rẻ. Việt Nam trở thành thị trường giống cái của thế giới.

Kiều Nhi và Đạm Tiên mở quán nhậu bán rượu Mao Đài. Mái tôn vách lá sơ sài. Nhưng chiều tối nào quán cũng đông nghẹt. Công nhân Trung Quốc cũng không khác Việt Nam, lao động cật lực rồi uống rượu. Rượu lên cơn thì gái nào cũng là gái, kể gì hàng dạt hàng xịn. Kiều Nhi thường tiếp khách suốt đêm, sáng ngủ bù. Khô rát âm đạo, để đỡ đau Kiều Nhi phải dùng gel bôi trơn. Bọn Trung Quốc bảo nàng không có chút biểu cảm.

Kiều Nhi từng là ngôi sao của vũ trường Kit ở Sài Gòn. Trong số những khách quen của nàng có Thiếu tá Việt Nam Cộng Hòa tên Tùng. Tuy không oai phong ngang tàng như các sĩ quan Dù, Biệt Động Quân hay Thủy Quân Lục Chiến, nhưng Tùng hào hoa đẹp trai và nhiều tiền nhờ bán hàng quân tiếp vụ cho Việt cộng. Tùng yêu và chiều Kiều Nhi. Nàng thích chàng không phải vì tiền mà ở những bước nhảy bay bướm cũng như thái độ sùng tín gái đẹp của chàng. Nhưng có một người đàn bà khác không cho đó là mối tình đẹp. Vợ Tùng đánh ghen bằng một lon acid và một bản án chung thân máng vào cổ nàng: "Hồng nhan bạc phận". Sau này, Kiều Nhi đã giải phẫu thẩm mỹ khuôn mặt nhưng bản án "Hồng nhan bạc phận" nàng khắc vào miếng lắc đeo ở tay. Từ đó, không ai thấy được cảm xúc của nàng trên khuôn mặt nữa. Bù lại, thân thể của nàng càng ngày càng đẹp và quyến rũ. Kiều Nhi trở thành đĩ tinh ròng.

Vào đầu những năm 2000, khi nền kinh tế thị trường trong nước phát triển, những cô gái sở hữu một thân hình chuẩn có vơ vàn cơ hội kiếm tiền. Họ làm người mẫu trình diễn hoặc quảng cáo và được các đại gia theo đuổi. Những giá trị mới được xác lập. Kiều Nhi được một đại gia bao trong căn biệt thự tuy không lộng lẫy nhưng cũng đủ danh giá. Nàng tân trang lại trinh tiết. Thỉnh thoảng bán trinh tìm cảm xúc mới. Nàng phát biểu, nhận tiền từ tay những người đàn ông đi mua trinh nó khác hẳn làm điếm chuyên nghiệp. Không hẳn vì những số tiền lớn lao, mà nàng nhận được cả niềm tin thiêng liêng của người mua trinh về cái lộc của tạo hóa. Nàng bảo "lộc trời bao la, sao nỡ hẹp với mọi người".

Đôi khi nhớ tới Nguyên, nàng cũng muốn tặng chàng "chữ trinh còn một chút này" để cảm tạ tấm lòng tri kỷ. Nhưng dường như Nguyên không quan tâm đến điều ấy. Chàng vẫn nói: "Lần nào đụ em, anh cũng tìm thấy cảm giác của sự trinh bạch". Lần nào cũng là lần đầu tiên. Kiều Nhi cũng không hiểu được lòng mình, tại sao với Nguyễn, nàng luôn luôn trinh bạch. Nguyễn bảo "anh vẫn nhìn thấy khuôn mặt thật của em dưới lớp da nhân tạo".

Hoài niệm vẫn là một khuynh hướng tự nhiên của con người. Thời kỳ chuyên chính vô sản xã hội chủ nghĩa, ai cũng khổ như chó. Kiều Nhi sống bằng cách tham gia đoàn văn công thành phố. Nàng có nhiều khách. Nhưng họ chỉ trả bằng tem phiếu hoặc nhu yếu phẩm. Không huy hoàng, nhưng vẫn được sống tiện nghi hơn người. Nguyễn có rượu ngoại uống và thuốc lá thơm hút cũng nhờ Mã Kiều Nhi từ bi nhân hậu chia sẻ.

Thơ mộng nhất trong cuộc đời Kiều Nhi có lẽ phải kể đến giai đoạn hưng thịnh của cô đầu. Phẩm chất nghệ sĩ hoang đường với cây tì bà của nàng cùng nhịp phách tiếng hát đa tình của Nguyễn Công Trứ quả là một cặp đôi hoàn hảo, anh hùng và mỹ nhân kinh điển cho mọi thời đại. Trong số những người tình của Mã Kiều Nhi, không kể Nguyễn Du, thì Nguyễn Công Trứ làm nàng say đắm nhất.

Không như Từ Hải, Trứ phụng sự triều đình tận tụy theo cốt cách của một quân tử. Và Trứ cũng trở thành một hình tượng đối nghịch với bọn văn nô nịnh thần trong thời đại của ông. Cùng với một đức hạnh ngay thẳng như Nguyễn Công Trứ, nhưng Kiều Nhi vẫn chan hòa với bọn văn nô dịch vật, bởi vì với nàng "tiền nào cũng là tiền" và nàng phục vụ theo đúng nghĩa vụ công bằng mà thiên hạ đã mua nàng. Kiều Nhi bảo "Em tam giáo đồng nguyên, vô vi theo Lão giáo, hành động mà không làm gì cả. Phục tùng ước muốn của đàn ông mọi lúc mọi nơi theo kinh tế thị trường định hướng Khổng Nho nên em đòi hỏi ăn bánh trả tiền. Đời là ảo tượng vô thường, vì thế không bám níu chấp trước để giải phóng oan nghiệp theo lời Phật dạy".

Không hối tiếc. Đàn ông hay tiền bạc cũng là một thứ nhu cầu. Cũng chẳng thấy đâu là ngu muội hay minh triết. Nàng bảo "không có tiền thì cạp đất mà ăn à". Vì thế, khi Nguyễn mang cho nàng đọc Truyện Kiều, nàng chỉ nói "em không biết mình có thiện căn hay không, nhưng em tin rằng em luôn sống thành thật". Nguyễn biết điều ấy, chính vì thế Vương Thúy Kiều trở thành bất hủ. Sau 200 năm ngày sinh, Nguyễn Du được Hội đồng hòa bình thế giới phong tặng "Danh nhân văn hóa".

Năm 2012, nhà văn đồng hương của Mã Kiều Nhi đoạt giải Văn chương Nobel. Dư luận không thống nhất về kết quả này bởi thái độ chính trị của Mạc Ngôn đối với một chế độ toàn trị như Trung Quốc. Văn tài và nhân cách trở thành một vấn nạn thời đại. Bất cứ nhà văn nào cho rằng mình đứng ngoài chính trị đều là ngụy biện cho sự ẩn náu trước cái ác.

Kiều Nhi viết một status trên facebook: "Nếu anh Mạc Ngôn muốn, em sẵn sàng chiêu đãi miễn phí món phong nhũ phì đồn đặc sản thiên nhiên của em để tưởng thưởng cho tinh thần đồng văn để huề giữa đĩ hiện đại và truyền thống thập thành của Trung Quốc cố cựu."

Tin giải Nobel cho Mạc Ngôn tuy đến được với xóm lao động Trung Quốc trong rừng sâu đầu nguồn của Việt Nam, nhưng không ai quan tâm, ngoại trừ Mã Kiều Nhi. Đêm đó, nàng tiếp gần hai chục khách. Lần đầu tiên, nàng cảm nhận một cách khác thường về những con cu Trung Quốc. Tất cả đều vội vã. Tất cả đều tột đỉnh. Nhưng cũng tất cả tinh dịch đều khô như bột. Mã Kiều Nhi hỏi Đạm Tiên về hiện tượng này, Tiên cũng chỉ phỏng đoán: "Có lẽ đó là kết quả của một chính sách về toàn cầu hóa của người Trung Quốc. Chị ngờ rằng, đàn bà chỉ ngửi bằng mũi cũng có thể thụ thai".

Tinh khí bay mù mịt. Những cô gái người dân tộc thiểu số sống ở quanh vùng đều mang bầu khống. Bụng của họ càng ngày càng to ra nhưng rỗng tuếch. Nỗi hoang mang lan tỏa khắp rừng núi. Nhưng hơn chín tháng sau, bụng của họ tự xẹp xuống như chưa có chuyện gì. Tuy nhiên, cái tai nạn kỳ cục đó đã để lại những vết nhăn di chứng không những trên bụng họ mà còn trên bụng của tất cả những bé gái sinh ra sau này. Các thầy cúng đều cho rằng đó là hội chứng "thiên triều".

Một trong số những cô gái từng mang bầu khống đã theo anh chàng buôn gỗ lậu về miền xuôi nói với Kiều Nhi: "Em hoàn toàn mất cảm giác về chuyện ấy. Nhưng em muốn theo chồng để phục hồi chức năng. Chị giúp em được chứ?"

Kiều Nhi bảo: "Không cần đâu. Cảm giác chỉ là sự bịa đặt của mấy ông nhà văn. Em muốn thế nào thì nó sẽ là như thế".

Cô gái không hiểu. Nhưng cô ta có bản năng của một thú rừng, vì thế sự hoang dã có bài học của riêng nó.

Những ngày hành nghề trong rừng với lao động đồng hương Trung Quốc, Mã Kiều Nhi không cảm thấy bị tổn thương như Nguyễn đã thương cảm một cây quế cao quí để cho mán mường trèo leo. Ngược lại, nàng hoàn toàn sống an vui với truyền thống "thập nữ viết vô" trong sự tồn tại của mình. Một cách nghịch lý, nó giải thoát nàng bằng thân phận một con đĩ. Đậm đà bản sắc Nho giáo.

Chính Nguyễn cũng đã không nhìn thấy tính phản động của tinh thần Nho giáo trong cuộc đời mình. Vì thế đã có lúc, Nguyễn muốn chạy vào Gia Định theo phò Nguyễn Ánh chống giặc Tây Sơn. Nhưng Nguyễn không bao giờ cảm thấy được hóa giải nghiệp chướng như con đĩ toàn phần Mã Kiều Nhi. Nguyễn lúc nào cũng là một hàng thần lơ láo thân phận trí thức.

Cuộc đời Mã Kiều Nhi không có biến cố, kể cả việc nàng phải bán mình chuộc cha và trở thành Vương Thúy Kiều như Thanh Tâm Tài Nhân hay Nguyễn Du đã mô tả. Từ trước khi nàng có mặt trên cõi đời, Mã Kiều Nhi đã là đĩ. Và cho đến muôn đời sau, Mã Kiều Nhi vẫn là đĩ.

Bản thân Khổng Tử hay Nguyễn Du cũng chỉ là những kẻ chạy theo quyền lực và phò quyền lực. Khổng giáo là tập đại thành của sự sa đọa trí thức.

Năm 1862, hòa ước Nhâm Tuất được ký, tỉnh Gia Định được nhượng quyền cho Pháp cùng với Biên Hòa và Định Tường. Lúc ấy Mã Kiều Nhi đang sống trong Chợ Lớn. Trải nghiệm với lính Tây là một cảm giác rất kỳ quặc. Khi lính Tây xông vào nhà, Mã Kiều Nhi đang ngồi đan áo, nàng vội vàng đứng lên định cởi quần dâng hiến ngay, nhưng dường như bọn Tây không biết thế nào là phụ nữ Á Đông toàn tòng, xông vào với tất cả khí thế của kẻ đi chinh phục thuộc địa. Kết quả là Tây không tìm được sự thỏa mãn khai hóa, mà Ta cũng mất cơ hội thống khoái của thứ đức hạnh nhẫn nhục. Tây nằm bất tỉnh nhân sự thượng mã phong trên cái ngổn ngang giao lưu văn hóa. Tay vẫn còn cầm cây đan, Kiều Nhi đâm vào khúc xương cùng anh Tây, giải cứu chàng thoát khỏi nỗi ô nhục văn minh súng đạn.

Tỉnh dậy, Tây nhìn ra Tây và cũng nhìn thấy Ta. Từ đó, có kỹ nghệ lấy Tây và Xuân Tóc Đỏ của Vũ Trọng Phụng.

Năm 1975. Mã Kiều Nhi bất chợt cảm thấy mình trở thành nhân vật trung tâm của toàn bộ cuộc cách mạng do Karl Marx khởi xướng. Bản thân nàng là một tuyên ngôn "vô sản thế giới hãy đoàn kết lại" trong mọi góc độ, chủ thể và đối tượng. Khám phá này nâng tầm Mã Kiều Nhi thành một thương hiệu toàn cầu và mang tính phổ quát. Chưa bao giờ Mã Kiều Nhi lại nhận được một thứ tình cảm tương lân như thế với tất cả nhân dân khi trên giường cũng như ngoài đường phố.

Không có quần áo đại cán hay công nhân lao động. Cũng không có linh hồn hay bản sắc. Mọi thứ trở nên đơn giản lạ kỳ.

Và đến khi bước vào thế kỷ 21, Mã Kiều Nhi đã trở thành đĩ quốc tế. Có lúc nàng phải đến tận Hà Khẩu của Trung Quốc hay các khu đèn đỏ ở Campuchia, Singapore và Malaysia kiếm ăn. Hộ chiếu Việt vẫn có sự hấp dẫn riêng của nó.

2.

Chuyện ở Hà Khẩu.

Có anh nông dân muốn mua nàng mang về quê. Kiều Nhi bảo anh: "Em là đĩ, không làm vợ được."

Anh nông dân khẩn khoản: "Anh cần có con nối dõi, em đẻ cho anh một thằng con trai, sau đó tùy em."

Tuy nhiên, Kiều Nhi bảo anh nông dân đồng hương: "Nếu em chỉ có thể đẻ cho anh toàn con gái thì sao?"

Anh nông dân điềm nhiên: "Thì em sẽ phải tự biết cách xử lý. Anh cần một thằng con trai."

Kiều Nhi hỏi: "Em sẽ được đền bù ra sao?"

Anh nông dân vẫn bình thản: "Đủ để cho em có một kỹ viện ở Bắc Kinh hoặc Hà Nội."

Kiều Nhi bảo: "Cho em vài ngày suy nghĩ và thu xếp công việc."

Anh nông dân nói: "Không, đi ngay bây giờ. Mọi thứ anh đã chuẩn bị rồi. Em có thể ra khỏi đây mà không sợ phiền hà gì."

Kiều Nhi hiểu ngay mình đã gặp một tay anh chị thứ thiệt. Có thể là Sở Khanh, cũng có thể là Từ Hải. Hoặc hai trong một, vì thế có thể gọi anh nông dân này là Sở Từ.

Sở Từ đưa Kiều Nhi ra xe hơi. Đi nửa ngày đường, họ đến một thị trấn trên núi và đi qua cái cổng cầu kỳ vào một biệt thự thuộc vào loại đẹp nhất khu vực. Sở Từ nói với Kiều Nhi: "Hoặc em là bà chủ của ngôi biệt thự này, hoặc em sẽ là một con nha đầu mãn kiếp ở đây."

Ở trong nhà thì tuyệt đối sung sướng, muốn gì cũng được, nhưng bước ra khỏi cổng đều có người đi theo. Kiều Nhi buộc phải trở thành cái máy đẻ. Rồi nàng cũng mang thai. Sinh con gái, Kiều Nhi không kịp thấy mặt con. Nó bị bóp cổ chết và ngâm rượu. Đó là loại rượu chỉ dành cho các đại gia muốn tẩm bổ quả thận và cầu mong ân sủng của vận hạn. Lần đẻ con thứ hai, may sao là con trai. Sở Từ giữ đúng lời hứa, Mã Kiều Nhi được giải phóng. Nàng ôm một đống tiền về Hà Nội mở quán bia ôm.

Mã Kiều Nhi nhờ Đạm Tiên tuyển tiếp viên và giao Đạm Tiên làm má mì quản lý các em. Không ai xuất sắc hơn Đạm Tiên trong việc này. Các anh giai muốn chân quê hay hiện đại đều được đáp ứng. Các kiểu cung đình phương Đông hay quái dị bạo lực phương Tây cũng đều được phục vụ chu đáo. "Tất cả thế giới trong tầm tay", đó là slogan của nhà hàng đặc sản Kiều Tiên.

Sự thành công của Kiều Tiên khiến các bà Hoạn Thư trong Hội Liên hiệp Phụ nữ ganh tị và phản ứng quyết liệt. Kiều Nhi và Đạm Tiên phải vào trường phục hồi nhân phẩm với quyết định cấm hành nghề mại dâm vĩnh viễn.

Kinh tế thị trường với qui luật cung cầu tự nhiên, mặc dù được định hướng xã hội chủ nghĩa cũng không thể ngăn cản Kiều Nhi và Đạm Tiên tiếp tục hành nghề. Bởi xét cho cùng, xã hội phong kiến Khổng Nho cũng như xã hội xã hội chủ nghĩa đương đại, trong bản chất luôn tiềm ẩn những ức chế nội tại một cách nóng bỏng nhất. Vì thế nhu cầu về sự phóng thể trở thành tất yếu đối với toàn xã hội. Thực hiện hành vi tình dục là một giải pháp thuận tiện và đơn giản để giải phóng năng lượng và an ủi bản thân mang tính cá nhân. Đồng thời nó cũng là một hòa giải với căn tính đĩ mang màu sắc xã hội.

Kiều Nhi không bao giờ chết. Nàng tồn tại vừa như một bản thể vừa như một hiện tượng. Ngay chính Vương Thúy Kiều cũng không thể vượt thoát được cái mệnh bạc mà tráng lệ ấy khi tìm đến với cái chết trên sông Tiền Đường.

Để trốn tránh chế độ quản thúc tại địa phương, Kiều Nhi và Đạm Tiên lên rừng đầu nguồn phục vụ các anh giai đồng hương Trung Quốc. Nhưng tình trạng mang bầu không liên miên do tinh trùng bột của niềm kiêu hãnh Hán hóa rơi vãi vô tội vạ khiến Kiều Nhi và Đạm Tiên phải bỏ chạy. Các em lại về trong vòng tay âu yếm của anh trai Việt. Kể từ khi gặp Nguyễn, Mã Kiều Nhi đã là người tình muôn thuở của tâm hồn Việt. Nàng vẫn dzin trên từng cây số. Văn mẫu mực trầm anh văn hóa thuần Việt.

3.

Mã Kiều Nhi có phải là tín đồ của Linga không? Nàng chẳng bao giờ thắc mắc về điều ấy. Nàng có cái vốn tự có và để cho Linga có thể là Linga như nó phải thế, cái Yoni của nàng tung tóe từ ngõ hẻm đến đại lộ như nó vốn là thế. Nhân phẩm của nàng. Dâng hiến và bị hãm hiếp.

Từ sâu thẳm, tất cả đều tôn thờ nàng. Nhưng tất cả đều miệt thị nàng. Vì thế, để xác lập quyền tồn tại và mưu cầu hạnh phúc, thậm chí mang hạnh phúc đến cho người khác, nàng luôn bành hai chân dạng háng uy nghi trước mọi nền văn minh nhân loại.

Mã Kiều Nhi kéo đầu từng người áp dí vào hĩm nàng. Nàng bảo đấy là niềm ân sủng vĩ đại nhất mà con người từng biết đến. Chẳng có lãnh tụ nào muôn năm như nàng. Thế nhưng Nguyễn văn bảo nàng mệnh bạc. Cái hạnh phúc thật của con người không phải vì đám đông, cho đám đông. Lẽ ra Vương Thúy Kiều phải thuộc về Nguyễn, hay Mã Kiều Nhi phải thuộc về tôi chẳng hạn. Nhưng cả Vương Thúy Kiều và Mã Kiều Nhi đều là người của bá tánh, vì bá tánh và cho bá tánh. Hồng nhan đa truân.

Cả Vương Thúy Kiều và Mã Kiều Nhi đều không có quyền

chọn lựa.

Vì thế, Vương Thúy Kiều lại từ phong tình cổ lục lặng lẽ bước ra phong trần. Thúy Kiều đi theo Kiều Nhi và Đạm Tiên mở quán cà phê ôm, hớt tóc massage trên mọi nẻo đường quê hương của Nguyễn.

Cả ba vừa trực tiếp hành nghề, vừa tuyển thêm đào nương khi họ làm ăn phát đạt. Đạm Tiên vốn là ma nên nàng biết đi đâu để tìm các cô gái có nhu cầu muốn làm gái báo hiếu song thân. Sau khi được Vương Thúy Kiều phỏng vấn, nhiệm vụ dạy nghề cho các cô là của Mã Kiều Nhi.

Thúy Kiều hoàn toàn thất vọng vì tấm gương báo hiếu bán mình chuộc cha của nàng đã trở thành một lý do chính đáng biện minh cho sự xả thân của các cô.

Không một cô gái nào bày tỏ ý muốn làm gái vì vinh quang của nghề hay bản chất đĩ tính của mình. Tất cả vì hoàn cảnh.

Mã Kiều Nhi nói: "Không một ai nhận trách nhiệm do mình và vì mình". Vì thế việc dạy nghề của nàng cũng trở nên khó khăn hơn. Các cô gái không nhận biết được cái phẩm chất và lương tâm nghề nghiệp là phục vụ một cách bình đẳng tất cả mọi khách chơi, không phân biệt giàu nghèo, già trẻ.

Đạm Tiên cũng bảo: "Không một cô gái nào nhìn ra làm gái là con đường duy nhất của mình."

Nghề làm gái mất đi chất hồng nhan bạc mệnh và cái tài tình công phu của nghề, mà chỉ còn là một thứ lao động giản đơn thuần túy kinh tế thị trường. Vì thế, gái bán dâm cũng không còn là một cảm hứng thi ca như các nàng kỹ nữ xưa kia.

Nhưng nó vẫn là một quá trình văn hóa hình thành bởi các cuộc cách mạng công nghệ và ý thức hệ.

Vương Thúy Kiều, Mã Kiều Nhi và Đạm Tiên không những hành nghề bán dâm mà còn luôn đi cùng và đi trước thời đại, các em có mặt trong mọi thứ văn hóa phẩm từ phim XXX dị tính, đồng tính và lưỡng tính đến quảng cáo sextoy đủ loại để quảng bá và tạo nên một thị hiếu nghệ thuật sống mang tính xã hội hài hòa theo tinh thần triết lý chính trị của Hồ Cẩm Đào tiên sinh.

Tứ hải giai huynh đệ của Khổng Tử là chuyện vặt.

4.

Trong lúc đó, Kim Trọng vẫn yên bề gia thất và trung quân ái quốc, bất kể vật đã đổi sao đã dời. Tuy thỉnh thoảng chàng cũng tìm cách mua vui với Vương Thúy Kiều một vài trống canh. Lỡ khi Thúy Kiều kẹt trong mùa kinh nguyệt thì chàng tìm Mã Kiều Nhi. Và để cho có ý vị nhân sinh cao cả, chàng cũng thường thoát tục với Đạm Tiên trong cõi thiên. Tóm lại, còn vua còn mình, chàng để huề sinh thái.

Thật ra, chỉ có Mã Kiều Nhi mới biết Kim Trọng thực hư thế nào. Vương Thúy Kiều không phải không biết, nhưng nàng vẫn cố giữ thể diện cho chàng. Vì thế, Kim Trọng cho đến muôn đời sau vẫn là một anh trí thức mà Mao Trạch Đông coi không bằng cục phân. Những cục phân ấy luôn tự an ủi mình trong cõi ta bà rằng "ăn cây nào rào cây ấy" theo đúng đạo nghĩa Nho gia.

Những gì Mã Kiều Nhi biết về Kim Trọng chỉ là vấn đề chất lượng đàn ông. Cái mà Đạm Tiên biết về Kim Trọng mới thực là con người và niềm tin của chàng.

Bí thư tỉnh ủy là một trong các chức vụ không phải cao nhất của Kim Trọng nhưng lại mang đến cho chàng sự viên mãn nhất.

Với chức vụ này, chàng đủ điều kiện để hủ hóa mang tính chất mặt trận tổ quốc, đồng thời thu vén được cả một gia tài cho con cháu hưởng lộc đến muôn đời sau. Sử sách ghi chép về giai đoạn này không kể xiết, thế hệ độc giả thời Google.com có thể truy cứu tài liệu với các từ khóa như "dự án", "đất đai", "mua quan bán chức", "tham nhũng", "lợi ích nhóm" hoặc "đảng"...

Nhưng để đạt được vinh quang, Kim Trọng đã phải nhờ đến Đạm Tiên.

Cứ mỗi cuối tháng âm lịch, Kim Trọng cùng Thúy Vân đều đến trước mộ Đạm Tiên cúng vái và cầu cơ. Nể tình Vương Thúy Kiều, Đạm Tiên giúp Kim Trọng tất cả những gì chàng muốn với một điều kiện duy nhất, Kim Trọng phải tự làm hình nộm khỏa thân của mình và hóa vàng xuống âm phủ cho nàng. Không ai biết ở thế giới bên kia Kim Trọng và Đạm Tiên có làm gì với nhau không, nhưng con người còn lại của Kim Trọng trên dương thế hoàn toàn bị bất lực trong vòng nửa tuần trăng mỗi lần như thế. Vương Thúy Vân không ghen, bởi vì nàng cần những thứ khác cũng không kém tình yêu của Kim Trọng.

Giải thích về điều này, Đạm Tiên chỉ bảo: "Nếu không vong thân tuyệt đối, anh ta sẽ không thể thành công trên cõi đời". Riêng Vương Thúy Kiều lại nhìn nhận vấn đề cách khác: "Thật ra, Kim Trọng cũng chẳng vong thân tha hóa gì cả, con người chàng nó vậy". Mã Kiều Nhi thì đơn giản hơn, nàng nói: "Anh Kim Trọng lúc nào cũng bo rất đẹp".

Trong lúc Kim Trọng vẫn là một kẻ sĩ mẫu mực phục vụ chế độ hết mình hết trí khôn, vợ đẹp con ngoan, lợi dụng chức quyền vun vén tài sản; thì Từ Hải đã trở thành nạn nhân trong các vụ cướp cạn giữa ban ngày của đám vua quan như Kim Trọng.

Không sống được ở Trung Quốc, Từ Hải trốn qua Việt Nam cũng chung thân bất mãn. Trải qua nhiều triều đại, từ vô sản bần cố nông chàng đã đổi đời thành trí thức tiểu tư sản. Karl Marx, Lénine, Mao Trạch Đông và công an nhân dân không biết xếp chàng vào loại giai cấp nào để xử lý cho đúng. Về bản chất, Từ Hải vẫn là kẻ vô sản về mặt kinh tế xã hội, nhưng thái độ chính trị của chàng lại có những biểu hiện của kẻ ngang ngược và bất định của tên trí thức tiểu tư sản thành thị.

Từ năm 1956, cùng với phong trào Nhân Văn – Giai Phẩm, Từ Hải đã làm những bài thơ mang tính phản kháng và diễu cợt, nhưng thơ của chàng chỉ được đọc trong những lúc rượu vào lời ra, vì thế Đảng không chấp. Cũng nhờ thế, thơ của chàng trở thành một thứ tài sản chung được truyền tụng từ bàn nhậu này tới bàn nhậu khác. Đó là những năm tháng cùng quẫn nhất của đời chàng. Bất cứ một ý tưởng hay hành vi nào mang tính khác thường đều bị qui kết là chống chế độ. Mà chàng vốn là con người mang mầm mống chống đối từ trong máu. Giữ cho dòng máu ấy không vọt ra là một cực hình. Sự phẫn uất của chàng biến thành thơ và nỗi cay đắng của chàng biến thành sự u mặc. Cơm áo gạo tiền biến chàng thành ma cô của Thúy Kiều. Chưa bao giờ chàng lại cảm thấy số phận mình và Thúy Kiều hòa trộn vào nhau đến thế.

Càng nghĩ đến tình cảnh của mình, Từ Hải càng u uất. Chàng chìm đắm trong rượu. Nhưng để có rượu uống không phải lúc nào cũng hào hùng.

Năm 1970. Sau khi từ chiến trường miền Nam trở về, Từ Hải lấy một cô bạn cùng khóa ở Đại học Sư phạm làm vợ. Nhờ gia thế nhà vợ và cũng nhờ cái lý lịch cựu chiến binh, Từ Hải xin được một chân biên tập của thông tấn xã. Cũng từ đây, chàng bắt đầu viết văn theo đúng tinh thần cán bộ chiến sĩ thi đua người tốt việc tốt và sinh hoạt chi bộ Đảng. Chàng quên hết những bài thơ châm biếm xưa kia, phục vụ Đảng tận tụy. Chàng dễ dàng có một chỗ đứng trong hàng ngũ Hội Nhà văn Việt Nam. Mọi chuyện thật tốt đẹp và tiếp tục tốt đẹp cho đến cả sau khi thống nhất đất nước.

Năm 1976, chàng chuyển vào Sài Gòn công tác. Được tận mắt và tiếp xúc với hàng đống sản phẩm văn hóa đồi trụy của miền Nam bày bán ở khu chợ trời đường Đặng Thị Nhu, Từ Hải hoa mắt vì các tựa sách mà trước đó ở miền Bắc có mơ cũng không thấy.

Càng đọc càng choáng váng. Từ Hải nhìn thấy ánh sáng của tự do. Chàng mơ hồ nhận ra con người thật của mình đã ngủ quên bao năm. Nhưng chàng biết không thể đánh thức nó bởi cái con người thật ấy có thể sẽ làm chàng mất tất cả.

Bà cô bên vợ chàng vốn di cư từ 1954 đón tiếp chàng nồng hậu. Biết chàng thiếu thốn vì mới chân ướt chân ráo vào miền Nam, bà cho vợ chồng chàng tất cả những thứ cần thiết, từ quần áo, giày dép đến giường tủ, thậm chí cả một chiếc xe đạp, quạt máy và cái TV. Đó là một gia tài vĩ đại.

Khi nhà nước cho phép cán bộ, công chức được quyền tham gia hoạt động kinh tế, Từ Hải liền cải biến căn nhà của mình thành khách sạn cho thuê giờ. Cả Mã Kiều Nhi, Vương Thúy Kiều và Đạm Tiên đều dẫn khách đến khách sạn của Từ Hải. Vừa là chỗ thân tình, vừa cũng là để giữ mối, giá thuê phòng của ba nàng được Từ Hải bớt 20%. Tuy nhiên, mỗi lần dẫn mối cho họ, Từ Hải đòi ăn chia 40% tiền cò.

Vốn trải nghiệm của Từ Hải về cuộc sống đặc biệt phong phú, nhất là với giới hồng nhan. Vì thế, Từ Hải vẫn ôm giấc mộng viết một tác phẩm lớn về cái gọi là Vina-đĩ như một biểu tượng văn hóa người Việt. Nhưng mỗi lần cầm bút, Từ Hải lại nhớ đến Hồ Tôn Hiến, nhớ đến cái nhục chết đứng của mình, chàng mượn rượu chém gió.

Năm 1972. Không biết từ nỗi ghen ăn tức ở nào, Từ Hải bị vu cáo đã hợp tác với địch khi cùng đồng đội chiếm đóng Huế năm 1968.

Tất cả bạn bè đều sợ hãi xa lánh chàng. Chi bộ đảng họp kiểm điểm. Công đoàn họp kiểm điểm. Chi Hội Nhà báo họp kiểm điểm. Chi Hội Nhà văn họp kiểm điểm. Ai cũng cố tìm một điều gì đó để kết án chàng. Ai không phát biểu thì được yêu cầu phát biểu, nếu không có ý kiến sẽ bị qui kết thành đồng lõa.

Từ Hải không nhớ mình đã phải viết bao nhiêu bản tự kiểm. Từ Hải không biết phải chống đỡ kiểu gì. Chàng suy sụp. Nguy cơ bị đuổi ra khỏi cơ quan đã ở trước mắt, không kể chàng có thể bị bắt.

Từ Hải ngủ không được, nuốt không vô. Những ảo ảnh bay lượn. Hệ thống phản xạ của cơ thể bị tê liệt. Đàm rãi nhổ không ra, mỗi lần như thế chàng phải há miệng cho sự kinh tởm tự động rớt xuống đất. Chàng cũng không thể đứng đái. Nước tiểu chỉ có thể thoát được khi chàng ngồi xuống như đàn bà.

Tuyệt vọng và liều mạng, Từ Hải không đến cơ quan nữa. Chàng đến nhà Thúc Sinh tìm sự cứu giúp. Bấy giờ Thúc Sinh đã là một ông lớn trong ban an ninh nội chính. Bà Hoạn Thư tiếp đãi chàng ân cần như người nhà. Thuở ấy, gia đình bà có tiêu chuẩn vào cửa hàng mậu dịch quốc tế. Từ Hải biết bọn ở cơ quan chỉ là một lũ thượng đội hạ đạp, nên chàng bảo Hoạn Thư cần gì chàng đi mua giùm, rồi chàng mang đống đồ của Hoạn Thư mua theo chế độ đặc biệt đến vất trên bàn mình ở cơ quan. Bọn chúng nhìn thấy đống đồ xa xỉ và cao cấp ấy đều chóa mắt và xanh mặt, dù đó chỉ là mấy thước vải ni-lông, chai mật ong và dăm ổ bánh mì. Chúng hiểu thông điệp của chàng. Và rồi chúng biết chàng là chỗ quen biết với Thúc Sinh. Thế là án oan quan hệ với CIA của chàng tự nhiên chìm vào quên lãng.

Mọi mối quan hệ của chàng trở nên tốt đẹp hơn bao giờ hết.

Năm 1968, Từ Hải có mặt ở Huế. Không như những nhà văn, nhà báo ngồi ở Hà Nội thêu dệt về những người dân Huế mặc áo mới hân hoan đón đoàn quân giải phóng. Dân Huế đã sợ hãi bỏ chạy như tất cả những nơi có chiến sự. Cho dù chỉ chạy loanh quanh. Nhưng quan trọng hơn, Từ Hải thấy dân chúng sợ Việt cộng, sợ mình. Hiện thân của súng đạn và tử thần. Rồi Từ Hải ngỡ ngàng. Chàng đâm ra trắc ẩn. Và chàng đã chia sẻ. Từ Hải nhường phần ăn của mình cho một gia đình đang đói. Chẳng may gia đình ấy là một gia đình "ngụy quyền". Một đồng đội báo cáo cho cấp trên. Sự nhân đạo được suy diễn và nâng thành quan điểm. Nó trở thành một vết đen trong lý lịch của chàng. Và trở thành cái cớ cho những kẻ thù trong Đảng đánh chàng.

Không những thế, Từ Hải còn bị rắc rối vì một chuyện khác. Cũng năm 1968 ở Huế, chàng báo công đã cứu một anh cán bộ rất nổi tiếng trong phong trào đấu tranh của sinh viên Huế bằng việc dùng dao lam cạo râu mổ an toàn lấy viên đạn ra khỏi chân anh ta. Sau này, anh cán bộ nằm vùng cũng ra Bắc. Anh ta lại báo cáo một người khác đã cứu mình trong chiến dịch Mậu Thân ở Huế. Đó chính là thủ trưởng của anh ta. Từ Hải nghe, chỉ còn biết chửi thề.

Từ Hải vẫn nhớ mãi tâm trạng hụt hẫng của mình khi rút khỏi Huế. Một số đồng đội của chàng rời hàng ngũ "hồi chánh" theo địch. Chính chàng cũng đã nhìn thấy một phần của một sự thật khác về cái miền Nam trong "kìm kẹp Mỹ Ngụy" không như mình vẫn tưởng. Lá cờ Liên minh các Lực lượng Dân tộc, Dân chủ và Hòa bình Việt Nam trên kỳ đài Ngọ Môn bị máy bay trực thăng của quân "ngụy" bắn tơi tả.

Từ đó, khi Thúc Sinh nhờ chàng đưa các em Mã Kiều Nhi, Vương Thúy Kiều, Đạm Tiên đến phục vụ các loại thủ trưởng, chàng đã rất thản nhiên.

5.

Mã Kiều Nhi nói với tôi: "Em tuổi gà và cũng như gà, em đi tìm giun, không thấy giun mà chỉ thấy dây thun. Biết là dây thun nhưng vẫn nuốt."

Tôi nói: "Anh cũng chỉ là một thứ dây thun thôi. Nuốt vào thắt ruột chết đấy."

Kiều Nhi bảo cũng chả sao. Nàng khoe vú: "Hàng chuẩn."

Tôi nhìn-cười-bảo: "Tuyệt."

Kiều Nhi nói: "Cho hôn đấy."

Thúy Kiều bất ngờ xuất hiện: "Hàng của nó chỉ là thứ phẩm thôi. Đây mới là hàng xịn". Rồi nàng cũng vạch vú ra.

Tôi bảo: "Siêu phẩm."

Nhưng khi Đạm Tiên khoe hàng, ngôn ngữ bỗng trở nên ú ớ. Đạm Tiên dịu dàng: "Nếu anh không đủ đức tin thì cứ bóp thử."

Tôi không phải Tô-Ma của Chúa Giêsu, nên tôi tin. Đây là thứ ảo tượng ma quái, nó chỉ tùy thuộc vào cái cảm thức tiên thiên về bản chất của hiện tượng. Vì thế, bóp hay không bóp cũng không khác gì nhau.

Tôi nói: "Anh chỉ bóp khi biết chính xác nó là thật. Và vì anh biết nó là thật nên không cần bóp thử."

Đạm Tiên hỏi: "Vậy thì anh muốn gì?"

Tôi nói như một người đàn ông chân chính: "Anh muốn nó là của riêng anh."

Đạm Tiên cười: "Không bao giờ. Nó là của riêng em và em muốn phân phát nó một cách rộng rãi nhất. Nếu anh muốn, anh cũng có phần."

Tôi lắc đầu: "Anh ăn bánh trả tiền."

Đạm Tiên lại cười: "Anh là đồ dây thun. Nhưng em không xài tiền âm phủ."

Bất ngờ, Thúy Kiều xen vào: "Em biết anh hợp với tuổi gà. Em cũng tuổi gà đấy."

Đạm Tiên nói: "Em cũng là gà thích nuốt dây thun."

Cái dây thun của tôi bị kéo căng ra. Ba con gà mái dầu mổ tôi gãy xương sườn.

Khi tỉnh dậy, tôi thấy mình nằm dưới đất trong một căn nhà trống trơn. Nhưng tôi lại nghe thấy những âm thanh kỳ lạ phát ra từ bốn bức tường, trên trần và dưới nền nhà. Đó là tạp âm không thể phân biệt giữa những tiếng rên sung sướng và đau khổ. Tôi cũng ngửi thấy mùi hiu hắt của đất thó, mùi tanh tưởi của tinh trùng, mùi nếp chín nồng nồng của âm hộ. Tôi có cảm giác như trong âm ty, nhưng ánh sáng bình minh đang rực rỡ chiếu qua khung cửa. Tôi đã qua một đêm hay nhiều đêm cũng không thể kiểm chứng. Tôi thử cử động chân tay. Rồi tôi xoay người ngồi dậy. Đây là thực tại. Những bức tường trắng vẫn rầm rì những âm thanh của thống khoái và đọa đày. Và tôi nhìn thấy những bức tường oằn oại. Không phải ảo giác.

Mã Kiều Nhi hỏi: "Anh nuôi em được không?"

Tôi nói: "Nếu em độ cho anh trúng số."

Kiều Nhi nói: "Em chỉ có thể độ cho anh giải thoát thôi."

Tôi bảo: "Nhưng anh còn muốn tục lụy."

Kiều Nhi nói: "Vậy thì anh nên sống với Thúy Kiều."

Tôi bảo: "Anh không thích tính cách của Thúy Kiều. Mặc dù Thúy Kiều là một mẫu đàn bà nhân hậu."

Thúy Kiều bước ra khỏi bức tường. Tôi không còn nghe thấy những âm thanh rầm rì nữa. Thúy Kiều nói: "Em vẫn luôn là một người yếu đuối".

Tôi nhìn Kiều. Giống như lúc Kiều ngồi ở lầu Ngưng Bích. Mặt nàng nhợt nhạt. Sương khói. Tôi cảm thấy ái ngại. Nhưng tôi có thể làm gì? Tôi không phải Thúc Sinh, Sở Khanh hay Từ Hải. Tôi không thể đeo mang số phận người khác. Tôi là kẻ nhìn ngắm. Kẻ chơi chạy. Kẻ phá hủy.

Đạm Tiên ở dưới đất chui lên. Nàng như lửa. Tôi nói: "Em biến anh thành kẻ tham lam."

Nhưng Đạm Tiên cười: "Anh không biết lượng sức mình."

Ừ, có lẽ tôi chỉ nói cho sướng miệng. Tuy thế, Đạm Tiên vẫn đốt tôi bừng bừng cháy. Đạm Tiên là ân huệ, nàng đẩy tôi tới một cảnh giới trừu tượng mê hoặc. Không còn biết mơ hay thực. Và tôi không phân biệt được ai là Mã Kiều Nhi, ai là Vương Thúy Kiều, ai là Đạm Tiên. Tôi bơi trong một không gian lỏng. Mất trọng lực.

Thúc Sinh bảo sân khấu chính trị bây giờ chỉ toàn bọn sâu bọ và ngu dốt, thằng nào có tư cách một chút thì lại mê gái.

Mã Kiều Nhi bảo: "Đàn ông mê gái mới là người có tư cách."

Thúc Sinh nói thêm: "Thế nhưng, những người đàn ông đích thực ấy lại bị bọn âm binh biến thành nhơ bẩn."

Đạm Tiên hỏi: "Anh không phải là phù thủy của bọn âm binh sao?"

Thúc Sinh nói: "Anh về hưu rồi."

Đạm Tiên bảo: "Các bác về hưu đều rách chuyện."

Thúc Sinh cười trừ: "Đấy là vấn đề thuộc về cơ chế em ạ."

Đạm Tiên nói: "Em là ma nên em đi guốc trong bụng tất cả các anh. Các anh chỉ khác nhau ở chỗ thật hay giả."

Thúy Kiều xen vào: "Em không quan tâm chuyện thật hay giả. Em tin tất cả những ai đến với em, cho dù họ cứng hay mềm."

Tôi thường xuyên mất trọng lực.

Thúc Sinh quàng tay ôm vai Thúy Kiều, nói: "Nếu như có thể bắt đầu lại, chắc chắn tôi sẽ làm khác, sống khác."

Từ Hải hỏi: "Anh biết sai từ bao giờ?"

Thúc Sinh đáp: "Ngay sau khi vào Đảng."

Từ Hải lại hỏi: "Đảng sai từ bao giờ?"

Thúc Sinh đáp: "Ngay sau khi thành lập Đảng."

Từ Hải hỏi tiếp: "Người thành lập Đảng sai từ bao giờ?"

Thúc Sinh im lặng một lúc rồi nói: "Từ Đại hội lần thứ 18 Đảng Xã hội Pháp tại Tours tháng 12.1920, gia nhập Cộng sản Quốc tế thứ ba và trở thành một trong những sáng lập viên của Đảng Cộng sản Pháp."

Từ Hải nói: "Đáng lẽ chúng ta chỉ nên vui chơi."

Thúc Sinh nói: "Cách mạng cũng là một cuộc chơi."

Từ Hải bảo: "Chúng ta mất quá nhiều."

Vương Thúy Kiều nói: "Cả hai anh đều không còn giống như hồi mới gặp em."

Đạm Tiên nói: "Nếu không có Mao Trạch Đông thì các anh vẫn phong kiến."

Thúc Sinh cười: "Thời đại Mao Trạch Đông chỉ là bình mới

rượu cũ. Vẫn là một thứ "trung quân ái quốc" vô điều kiện. Chuyên chính hơn vì thế cũng ít nhân tính hơn."

Mã Kiều Nhi nói với tôi: "Từ Hải đã biến thái. Thúc Sinh cũng biến thái."

Tôi bảo: "Anh cũng biến dạng."

Mã Kiều Nhi cười: "Anh từ xấu giai đến xấu lão."

Tôi cũng cười: "Lẽ ra, đàn ông khi về già thường đẹp hơn nhờ từng trải và tự tại."

Mã Kiều Nhi nói: "Anh xấu vì lúc nào cũng thảng thốt."

Tôi bảo: "Anh tưởng mình nham nhở."

Mã Kiều Nhi xoa đầu tôi: "Thực ra, anh rất dở hơi."

Tôi ngả đầu vào lòng Mã Kiều Nhi: "Đó là những vết thương. Những cơn đau bất chợt. Và ám ảnh bởi cái chết."

Mã Kiều Nhi hỏi: "Tại sao lại có những vết thương. Chiến tranh ư?"

Tôi nói: "Không. Nạn nhân của hòa bình."

Mã Kiều Nhi nói: "Em không hiểu."

Tôi bảo: "Giết người hay phủ nhận người khác trong hòa bình bao giờ cũng tàn nhẫn hơn thời chiến, bởi nó vô lý và vô nhân tính. Chúng ta bị giết mỗi ngày. Điều này không phải ai cũng nhận ra."

Mã Kiều Nhi lắc đầu: "Em không quan tâm. Nhưng em lo nghĩ về anh". Nàng nói thêm: "Anh cần được thoải mái."

Tôi không nói nữa. Và tôi nằm xuống.

Bốn bức tường xung quanh tôi lại rầm rì.

Tôi nghe những tiếng đàn ông huyên thuyên. Đè lên nhau. Đan xéo nhau. Mỗi lúc một dày hơn. Và rồi không còn những bức tường xi măng nữa, chỉ là những tiếng nói dựng lên, bao kín. Những bức tường tiếng nói che khuất tôi, hay che khuất chung quanh. Và rồi nó trở nên quá mức chịu đựng. Tôi muốn hét lên. Nhưng tôi hét không ra tiếng. Đúng lúc ấy, tôi thấy Mã Kiều Nhi đè lên tôi. Rồi tôi nghe những tiếng chạy thình thịch trên mặt đất. Người tôi nảy lên. Tôi cần thoát ra khỏi chỗ này. Tôi nghĩ thế, nhưng tôi bất lực. Mã Kiều Nhi vẫn đè trên tôi. Mùi của nàng thiên cổ.

Tôi mở mắt. Đạm Tiên đứng trên đầu tôi. Ở tư thế nằm, tôi thấy Đạm Tiên sừng sững và đang trút xuống, như thác.

Tôi muốn nói: "Em đừng biến đi", nhưng tôi nói không thành lời. Rồi người tôi bỗng nhẹ hẫng.

Mã Kiều Nhi nói: "Anh cứ nằm nghỉ đi."

Thế giới quanh tôi như không có, chưa có. Khởi thủy chỉ có lời. Nhưng lời không hiện diện. Tôi há miệng cho lời tuôn ra. Nhưng chỉ có gió. Gió thông suốt từ trong ra ngoài và từ ngoài vào trong. Tôi xoay người nằm nghiêng. Vẫn chỉ thấy gió.

Từ Hải hỏi Thúc Sinh: "Làm thế nào để sửa sai?"

Thúc Sinh nói: "Có hai cách. Một là ra khỏi Đảng. Hai là xóa bỏ Đảng."

Từ Hải lắc đầu. Ý nghĩ ấy chưa bao giờ có trong đầu chàng. Từ Hải hỏi: "Không có cách thứ ba sao?"

Thúc Sinh nói: "Tất cả các cách còn lại đều vô ích."

Từ Hải hỏi tiếp: "Anh chọn cách nào?"

Thúc Sinh nói: "Không chọn cách nào cả."

Từ Hải hỏi mà dường như không nhắm vào ai: "Vậy thì chúng ta đang vui chơi, hay làm cách mạng?"

Thúc Sinh cười, nói: "Chúng ta đang kiếm ăn."

Từ Hải bỗng tràn ngập một mối hoài cảm về cái ngày chàng đầu hàng Hồ Tôn Hiến. Niềm tin chỉ dành cho bọn ngây thơ. Cùng lúc, Thúc Sinh có một niềm hưng phấn khác, bảo: "Bất kể thời đại nào, buôn thần bán thánh, hoặc mua quan bán chức đều rất ngon ăn. Cậu nên theo tôi."

Từ Hải nhớ lại việc Vương Thúy Kiều phải bán mình chuộc cha, chàng quyết định theo Thúc Sinh. Họ môi giới buôn bán từ một chỗ làm nhỏ mọn đến những địa vị cao sang nhất. Họ ăn tiền cò cả bên bán và bên mua. Và họ còn được cả ơn nghĩa.

6.

Năm Gia Tĩnh thứ 35, Hồ Tôn Hiến làm Án sát Chiết Giang vận động Thúy Kiều xúi Từ Hải qui hàng triều đình. Sau vụ dẹp giặc Từ Hải và các đầu mục khác, Hồ Tôn Hiến muốn được thăng chức xứng đáng với công lao của mình đã tìm cách móc nối với Thúc Sinh. Thúc Sinh bảo mỗi chức 3000 lạng. Đến năm Gia Tĩnh thứ 39, Hồ Tôn Hiến được thăng một hơi ba chức và làm đến Thượng thư Bộ binh kiêm Đô sát viện hữu đô ngự sử. Vẫn chưa hài lòng, Hồ Tôn Hiến muốn mua chức Tể tướng. Thúc Sinh bảo được. Hồ Tôn Hiến hỏi bao nhiêu. Thúc Sinh đáp: "Chỉ có vàng thì không đủ". Bởi vua đâu có thiếu vàng. Hồ Tôn Hiến năn nỉ. Thúc Sinh rỉ tai Hồ Tôn Hiến: "Tôi muốn được an dưỡng ở An Nam với Vương Thúy Kiều, Mã Kiều Nhi và Đạm Tiên". Hồ Tôn Hiến siết chặt tay Thúc Sinh thay lời cam kết.

Minh sử không ghi chép Hồ Tôn Hiến làm Tể tướng vào lúc nào, nhưng trong dân gian đã truyền tụng nhiều câu chuyện khác nhau để giải thích việc làm thế nào Hồ Tôn Hiến có thể làm đến chức Tể tướng.

Có người bảo Tể tướng Hồ Tôn Hiến là con rơi của Gia Tĩnh, nên được vua chiếu cố. Có người bảo Hồ Tôn Hiến có công trong việc tuyển gái cho vua. Thật ra, ai làm tể tướng thì cũng không quan trọng. Dân gian quan tâm đến các lời tố cáo Tể tướng gian tham và có âm mưu cấu kết với An Nam làm chuyện thoán nghịch. Minh sử đã ghi chép việc Hồ Tôn Hiến tự vẫn trong ngục thất vào năm Gia Tĩnh thứ 43. Nhưng trong thực tế, Hồ Tôn Hiến đã chạy sang An Nam tá túc nhà Thúc Sinh. Và Hồ Tôn Hiến không bao giờ từ bỏ giấc mộng làm Tể tướng. Lịch sử thế giới cũng như lịch sử An Nam không thiếu trường hợp Tể tướng cướp ngôi làm vua. Vì thế không loại trừ giả thiết Hồ Tôn Hiến có thể đã từng là tể tướng hoặc làm vua ở Việt Nam.

Hồ Tôn Hiến hỏi Thúc Sinh: "Làm thế nào thoát được việc luận tội của lịch sử?"

Thúc Sinh bảo: "Thì cứ bỏ tù lịch sử."

Hồ Tôn Hiến lại hỏi: "Làm sao bỏ tù được lịch sử?"

Thúc Sinh hỏi lại: "Ông có thu xếp cho tôi được an dưỡng ở Dubai cùng với các em gái không?"

Hồ Tôn Hiến nói: "Chuyện nhỏ."

Thúc Sinh cười bảo: "Cũng đơn giản thôi, hãy bỏ tù mấy thằng viết sử. Chúng là các nhà văn, nhà thơ, nhạc sĩ, nhà báo ngoài lề, các nhân sĩ, trí thức phản kháng..."

Hồ Tôn Hiến nói: "Bọn chúng đông như ruồi. Bắt đứa này nó đẻ ra đứa khác."

Thúc Sinh bảo: "Phải chuyên chính thôi đồng chí ạ."

Nhưng Hồ Tôn Hiến chợt đổi giọng: "Tại sao ông muốn bỏ chạy?"

Thúc Sinh cũng trở nên nghiêm trang: "Tôi có thằng cháu làm trong ngành công an, nó muốn tôi giúp mua chức thiếu tướng để được gia hạn tuổi về hưu. Tôi bảo nó, trước khi chơi canh bạc chót, với một số tiền lớn có thể về hưu non mà không phải bận tâm, mày nên đi coi thầy xem sao. Nó nghe lời đi coi bói, thầy bảo, cuối mùa rồi rút lui đi. Phải, ông ạ, có những thứ cần được chôn vùi, bôi xóa."

Hồ Tôn Hiến hỏi: "Ông cũng khuyên tôi rút lui?"

Thúc Sinh vội nói: "Tôi không nói vậy. Ở địa vị ông, có nhiều cách để chọn lựa."

Chỉ có bậc thánh mới có khả năng từ bỏ danh vọng và quyền lực. Vì thế, người cháu của Thúc Sinh vẫn điên cuồng chạy chức và Hồ Tôn Hiến bằng mọi cách giữ chức.

Chưa bao giờ Thúc Sinh lại có lắm mối xin chạy chức và chạy dự án đến thế. Từ Hải được chia việc. Cấp trung ương do Thúc Sinh nhận lãnh. Từ Hải phụ trách các địa phương. Ân huệ và tiền bạc của họ lai láng.

Đạm Tiên nói với Thúc Sinh và Từ Hải: "Các anh chớ dại chạy theo các em hoa hậu, người mẫu mà quên chúng em nhé."

Cả Thúc Sinh và Từ Hải đều biết cái giá của sự được, mất.

Thúc Sinh nói: "Anh chẳng bao giờ quên anh là Thúc Sinh."

Tuy nói thế, không phải Thúc Sinh không mơ màng đến cái quyền lực vô hạn như Hồ Tôn Hiến.

Từ Hải bảo Thúc Sinh: "Anh chỉ nên hưởng nhàn tao nhã với tiếng đàn của Thúy Kiều thôi. Bon chen quyền lực không phải cái tạng của anh. Và lại buôn vua như anh nói có phải vĩnh cửu hơn không."

Thúc Sinh nói: "Cậu vẫn còn cay đắng với kinh nghiệm của vụ đầu hàng Hồ Tôn Hiến năm xưa à?"

Từ Hải bảo: "Tôi nghiệm ra, tiền và gái mới là tất cả hiện thực lý tưởng của mọi thời đại. Nó cho chúng ta cái chức của tất cả mọi chức."

Vương Thúy Kiều nói với Thúc Sinh: "Thật ra, hồi đó anh Từ Hải qui hàng triều đình không phải chỉ vì em. Anh ấy nghĩ có thể làm điều gì đấy tốt hơn cả Hồ Tôn Hiến. Nhưng ảnh không phải là con người chính trị. Vì thế ảnh phải chết đứng."

Đạm Tiên bảo: "Trong cuộc sống, chỉ có người thắng hoặc người thua. Đàn ông hay ảo tưởng."

Từ Hải nói: "Có thể Hồ Tôn Hiến cũng không nhận ra điều ấy, mặc dù ông ta đã tự vẫn trong ngục."

Mã Kiều Nhi nói: "Em lại thích những người ảo tưởng. Vì những người ảo tưởng cũng thường phóng túng."

Nhìn lại mình, quả thực Thúc Sinh thấy không thể lươn lẹo như Hồ Tôn Hiến. Không đạp được người thì hay nhất là bợ người. Vả lại, bợ Hồ Tôn Hiến không phải là mối lợi vô tận của ông sao? Gạt bỏ dự án quyền lực, Thúc Sinh lập dự án kinh tế. Ông muốn là người giàu nhất.

Thúc Sinh nói với Từ Hải: "Gái là nhu cầu muôn thuở của đàn ông. Bởi vậy, cái nghề nghiệp vững bền nhất chắc chắn phải là nghề chăn gái. Cậu cho người làm cho tôi cái dự án kinh doanh tình dục thật hoành tráng, với khả năng giải quyết việc làm cho hàng triệu phụ nữ. Đặc biệt chú ý tới vấn đề thời vụ của các chị em nông thôn. Đồng thời giải quyết vấn đề an sinh xã hội."

Từ Hải nói: "Ý tưởng hay. Nhưng liệu Hồ Tôn Hiến có chấp nhận khi ông ta đang đòi hỏi chính quyền các cấp phải xây dựng được các cộng đồng văn hóa từ cấp tổ dân phố tới cấp tỉnh?"

Thúc Sinh bảo: "Nền tảng kinh tế quyết định thượng tầng văn hóa. Tôi sẽ thuyết phục Hồ Tôn Hiến chấp nhận dự án này như một mũi đột phá cho nền công nghiệp du lịch nước nhà, vượt qua Thái Lan."

Tự sướng với sáng kiến của mình, Thúc Sinh nói tiếp: "Thật ra, không khó đâu. Phần cậu, sai đệ tử nghiên cứu làm luận chứng kinh tế cũng đừng quên yếu tố thuần phong mỹ tục và truyền thống dân tộc. Cần phải mang Truyện Kiều ra làm dẫn chứng. Vấn đề Hồ Tôn Hiến chỉ là bao nhiêu phần trăm lợi nhuận thôi."

Dự án được triển khai tại tất cả 64 tỉnh thành trên cả nước

để tránh tình trạng ăn chia không đều gây bất ổn nội bộ. Quỹ đất dành cho dự án của mỗi tỉnh thành do chính quyền địa phương và các nhà đầu tư quyết định, tùy theo mức độ cung ứng lao động của địa phương đó. Đối chiếu và đánh giá hiệu quả dự án dựa trên sự bất mãn của người mất đất và sự hài lòng do lợi ích kinh tế mang lại cho ngân sách nhà nước và các bên liên quan là tốt đẹp. Cái gọi là dân oan và những cuộc biểu tình kêu đòi công lý của họ hoàn toàn không đáng kể.

Thúc Sinh nói với Hồ Tôn Hiến: "Tể tướng Quản Trọng của nước Tề không phải là nhân vật xuất chúng sao? Chính ông ta đã cho xây 700 nhà chứa giúp cho nhà Tề có kinh phí xây dựng binh lực tranh hùng với thiên hạ. Ngày nay, để đất nước có thể hóa rồng, chúng ta cũng cần tận dụng sức mạnh và nhan sắc chị em. Hiện có khoảng 25 triệu phụ nữ trong tuổi lao động, trong đó 80% sống ở nông thôn, nhưng lao động nữ nông thôn chỉ chiếm khoảng 58%. Cái dự án mà tôi muốn nói với ông chính là để giải quyết phần 32% còn lại thất nghiệp. Mà việc này cũng không cần ông phải nhúng tay vào. Tôi sẽ đứng ra bán dự án này cho các tỉnh."

Hồ Tôn Hiến bảo: "Tôi đồng ý trên nguyên tắc. Những vấn đề khác ông làm việc với con rể tôi."

Trong cuộc nhậu, Từ Hải nâng ly mời Thúc Sinh: "Phụ nữ Việt Nam – Điểm đến của thế giới."

"Theo số liệu tổng hợp của Thanh tra Chính phủ, từ năm 2003 đến năm 2010, các cơ quan hành chính nhà nước các cấp đã tiếp nhận và xử lý 1.219.625 đơn thư khiếu nại, tố cáo trong đó đơn thư khiếu nại, tố cáo liên quan đến đất đai bình quân các năm chiếm 69,79%. Cũng từ năm 2004 đến năm 2011, Bộ Tài nguyên và Môi trường đã tiếp nhận được 59.751 lượt đơn của 29.671 vụ việc, trong đó khiếu nại hành chính về đất đai là 17.711 vụ chiếm 58,59%, có 5.966 vụ việc khiếu nại quyết định hành chính trong giải quyết tranh chấp đất đai chiếm 20,11%, có 4.639 vụ đòi lại đất cũ chiếm 15,63% và 1.355 vụ việc tố cáo chiếm 4,57%. Trong lĩnh vực tư pháp, số lượng các vụ án hành chính liên quan đến việc khởi kiện của công dân đối với các quyết định hành chính về quản lý đất đai cũng có xu hướng gia tăng. Từ năm 2004 đến năm 2011, Tòa án nhân dân các cấp đã thụ lý sơ thẩm 3.994 vụ, giải quyết 2.857 vụ chiếm 71,5%, người khởi kiện là cá nhân chiếm 2.715 vụ, khởi kiện là cơ quan, tổ chức chiếm 142 vụ".

(http://www.nghean.gov.vn/ wps/portal/thanhtratinh/!ut/p/c4/04_ SB8K8xLLM9MSSzPy8xBz9CP0os3i_MG9_ TxPDUGcnPyczA09HU6NQYw8PY38XY_2CbEdFANN_ YZQ!/?WCM_GLOBAL_CONTEXT=/wps/wcm/ connect/web+content+thanh+tra+tinh/ttt/ttsk/tcn/ ec3a56804d5fdb148b328f28049fc1fd).

Các vụ xuống đường biểu tình của dân oan từ các tỉnh kéo về thành phố Hồ Chí Minh và Hà Nội gần như mỗi ngày. Lời kêu cứu của họ không được ai lắng nghe, kể cả những tâm hồn nhạy cảm như nhà báo và nghệ sĩ các loại. Đã có những cái chết và những bản án tù cho nạn nhân và những ai bênh vực họ.

7.

Từ Hải nói với Thúc Sinh: "Tôi đã đủ tiền mua nhà ở Dubai và bảo đảm một cuộc sống vương giả ở đó. Xét cho cùng, cuộc đời không phải cứ chống đối là hay."

Thúc Sinh cười: "Cậu giác ngộ cách mạng rồi đấy."

Từ Hải hỏi: "Khi nào anh đi Dubai?"

Thúc Sinh: "Khi nào không còn kiếm tiền được nữa mới dzọt."

Từ Hải cười: "Có lẽ chúng ta còn phải phấn đấu nhiều mới có thể tranh hùng với các anh hai dầu lửa ở Trung Đông."

Thúc Sinh nói: "Đúng."

Từ Hải đắc ý: "Phụ nữ thế giới – Điểm đến của Việt Nam."

Thúc Sinh nói: "Có lẽ chưa bao giờ cậu nghĩ đến việc bán các dự án cho Trung Quốc?"

Từ Hải hỏi: "Khai thác nguyên liệu thô?"

Thúc Sinh bảo: "Cái đó ồn ào mà lợi nhuận không bao nhiêu. Vũ khí hoặc công nghệ cao. Nhẹ nhàng, kín đáo mà tiền khẩm. Trung Quốc không thể mua được các vũ khí hiện đại của Tây Âu hay Israel, hoặc linh kiện công nghệ cao của Mỹ. Chúng ta sẽ làm việc này thay cho họ."

Từ Hải hỏi: "Ai sẽ làm cầu nối cho chúng ta với thế giới bên ngoài?"

Thúc Sinh: "Vợ cũ của tôi, Hoạn Thư. Bà ấy đang ở Mỹ."

Hoạn Thư vượt biên năm 1978 theo diện bán chính thức dành cho các Hoa kiều với giá 4 lượng.

Từ Hải nói: "Tôi lúc nào cũng là chân tay của anh."

Thúc Sinh giao cho Từ Hải móc nối với cảng Hải Phòng làm trạm trung chuyển. Hoạn Thư thu gom hàng hóa dưới dạng các phụ tùng và linh kiện rời. Phần ông, bán kế hoạch này cho tình báo Hoa Nam.

Thúc Sinh nói với Từ Hải: "Chúng ta là những nhân vật tiểu thuyết, bởi thế chúng ta có thể làm bất cứ điều gì nghĩ ra được mà không sợ ở tù."

Từ Hải nói: "Giả dụ nếu bị ở tù thật thì cũng đâu có sao. Ra tù, lại tiếp tục. Chúng ta không bao giờ chết."

Họ không biết rằng, dù là nhân vật tiểu thuyết, họ vẫn có thể bị vùi dập.

Nhiều năm sau, một số nhân vật liên quan ở cảng Hải Phòng bị bắt. Từ Hải và Thúc Sinh vẫn là những người vô can. Sau vụ này, mỗi người trong số họ mua một biệt thự ở New York.

Từ Hải nói: "Tôi vẫn bị ám ảnh bởi cái chết đứng. Tôi sợ đến lúc mình chạy không kịp."

Thúc Sinh bảo: "Người ta biết thì sống. Cái biết của chúng ta là gì? Đấy là không bao giờ đặt cược đời mình vào một cửa. Chủ nghĩa tư bản là gì? Đấy là ở đâu có lợi thì chơi. Chỉ có kẻ ngu muội mới tin vào chính nghĩa. Chân lý là tiền. Chúng ta theo người mạnh, nhưng chúng ta cũng cần tỉnh táo để biết kẻ mạnh cũng đến lúc chết."

Từ Hải hỏi: "Anh nghĩ Hồ Tôn Hiến còn sống được bao lâu?"

Thúc Sinh: "Hắn sống bao lâu không quan trọng. Điều quan trọng là chúng ta phải đánh hơi được người nào sẽ thay thế hắn."

Từ Hải tâng bốc: "Anh lúc nào cũng sáng suốt."

Thúc Sinh nói: "Cái lão Hồ Tôn Hiến B cũng đáng để chúng ta bỏ vốn đầu tư đấy. Cậu mang Thúy Kiều đến cúng cho lão."

Vương Thúy Kiều được cải thiện chiều cao bằng cách cưa ống chân độn thêm một khúc xương mới. Nàng trở thành người đẹp chân dài. Nàng cũng được tân trang lý lịch lên đời người mẫu thời trang. Chiến dịch PR cho Kiều được Từ Hải xúc tiến một cách qui mô và bài bản. Kiều bỗng là "hot girl". Các đại gia săn đón nàng, nhưng nàng săn đón Hồ Tôn Hiến B.

Hồ Tôn Hiến B sập bẫy. Thúc Sinh và Từ Hải trở thành nhà tài trợ chính cho Hồ Tôn Hiến B để đáp ứng các nhu cầu của người đẹp.

Bí mật quốc gia nằm trong tay Từ Hải, Thúc Sinh. Họ không đầu cơ chính sách, nhưng họ bán chính sách ăn huê hồng. Họ bảo 30% là thuế của cuộc chơi.

Mỗi lần thay đổi nhân sự, chính sách lại đảo chiều. Nhân sự và chính sách là một cuộc chơi bất tận. Nạn nhân và những kẻ thủ ác, tất cả đều là những con rối.

Mã Kiều Nhi hỏi Thúy Kiều: "Mày đã mua được mấy cái nhà?"

Kiều đáp: "Mỗi thành phố một cái. Còn mày?"

Mã Kiều Nhi nói: "Tao chỉ mua một căn thôi. Đường Lê Duẩn, Hòn Ngọc Viễn Đông. Dành để nghỉ ngơi. Còn khi làm việc tao vẫn thích vào khách sạn."

Thúy Kiều hỏi: "Làm gì cho hết tiền?"

Mã Kiều Nhi bảo: "Bao giai và đánh bạc."

Thúy Kiều hỏi tiếp: "Thằng nào tốt phước thế? Ra mắt chị em chứ?"

Mã Kiều Nhi bảo: "Có lạ gì mà ra mắt. Nguyễn đấy."

Thúy Kiều lại hỏi: "Vẫn còn tình yêu à?"

Mã Kiều Nhi: "Làm gì có tình yêu. Sở thích thôi. Nuôi một thằng làm thơ là làm đẹp cho cuộc đời, huống gì nó lại làm thơ ca tụng mình."

Kiều bảo: "Tao không làm từ thiện được."

Sáng cà phê, chiều nhậu. Ngày nào cũng là một ngày đẹp đối với Nguyễn.

Những dân oan khiếu kiện, biểu tình vất vưởng ngoài phố lướt qua mắt chàng như những bóng ma. Thơ là cái đẹp vĩnh cửu. Cái đẹp cứu rỗi thế giới. Những dân oan rách rưới lê lết sẽ làm thơ nhiễm bẩn. Thơ cần sự tinh khiết và tính nhân văn của gái và rượu.

Chữ nghĩa của Nguyễn là hoa hồng và mật ong.

Từ Hải bảo: "Ông viết giùm tôi một bài cho tập thơ sắp in nhé."

Nguyễn bảo: "Được."

Từ Hải hỏi: "Ông muốn lấy tiền hay vui chơi?"

Nguyễn bảo: "Vừa tiền vừa vui chơi."

Từ Hải nói: "Chiều ông luôn."

Nguyễn hỏi: "Ông muốn viết cho báo hay làm bài tựa?"

Từ Hải bảo: "Cả hai."

Nguyễn nói: "Thế thì vui chơi cả tháng được."

Từ Hải bảo: "Cả năm luôn. Bất cứ lúc nào ông muốn, cứ gọi."

Nguyễn nhậu và gọi Từ Hải đến trả tiền. Đời lúc nào cũng

đẹp.

Từ Hải nói với Thúc Sinh: "Tôi thích một giải thưởng văn chương quốc gia."

Thúc Sinh bảo chuyện nhỏ. "Nếu cậu muốn, tôi có thể lo cho cậu cả cái giải văn chương ASEAN với điều kiện cậu đừng viết hay làm bất cứ điều gì mích lòng Đảng."

Nguyễn nói với Từ Hải: "Tôi cũng có thể dịch thơ ông sang tiếng Hoa, tiếng Anh, tiếng Pháp."

Từ Hải: "OK. Tôi sẽ cho in tập thơ bằng 4 thứ tiếng."

Nguyễn bảo: "Thơ ông nên dát vàng."

Từ Hải hỏi: "Còn kiểu gì sang trọng hơn nữa không?"

Nguyễn nói: "Mời Hồ Tôn Hiến viết tựa."

Thúc Sinh nói: "Ý kiến hay. Tựa Hồ Tôn Hiến. Bạt Nguyễn. Thơ cậu đoạt giải văn chương cuối năm là cái chắc."

Từ Hải nói: "Để tôi gọi các em đến nhậu cho vui."

Nguyễn nói: "Kiếm cho tôi một em người mẫu nhé."

Từ Hải hỏi: "Thích hoa hậu không?"

Nguyễn nói: "Á hậu thôi. Hoa hậu để anh Thúc Sinh."

Từ Hải đọc thơ. Các em bảo thơ anh Từ Hải thâm sâu quá bọn em không hiểu. Nguyễn đọc thơ. Các em bảo thơ anh Nguyễn làm tụi em muốn khóc. Thúc Sinh đọc thơ. Các em cười nắc nẻ.

Thế giới có cần thơ không? Không, chỉ có các nhà thơ tự huyễn hoặc thơ cần mình, vì thế các nhà thơ vẫn tồn tại.

Đạm Tiên hỏi: "Em có tồn tại không?"

Nguyễn bảo: "Em tồn tại."

Đạm Tiên hỏi tiếp: "Vì sao?"

Nguyễn nói: "Bởi chính câu hỏi của em."

Đạm Tiên cười: "Lẽ ra một người như anh phải nói khác."

Nguyễn hỏi: "Chẳng hạn?"

Đạm Tiên bảo thôi. Em không muốn giả dụ. Em thích thấy anh thực tế hơn là có vẻ triết gia-triết lý-triết học như thế.

Rồi Nguyễn cười. Lẽ ra, chàng phải nói: "Em làm anh rất nứng."

Mã Kiều Nhi cầm ly rượu nói: "Có ai muốn làm chuyện đồi trụy, đồi bại, xúc phạm thuần phong mỹ tục không hè?"

Không ai trả lời. Mã Kiều Nhi đứng lên làm vài điệu bộ khiêu khích. Nhưng các ông thánh lim dim uể oải. Mã Kiều Nhi sờ vào đũng quần từng ông, tri hô: "Thế giới hòa bình". Nàng cười sằng sặc.

Vương Thúy Kiều ôm cây đàn gẩy vài tiếng báo bão rồi bất ngờ buông tuồng một cơn mưa. Nhân gian nhão nhoẹt. Nguyễn ôm Đạm Tiên như thiên cổ.

Năm 1976 ở thành phố Hồ Chí Minh, Nguyễn bị bắt quả tang đang làm tình với Mã Kiều Nhi trong nhà trọ bởi một tổ công tác hỗn hợp ban ngành, đoàn thể các loại...

Họ bị bêu riếu ngoài phố như hai con chó phá hoại thành quả cách mạng. Người ta khoác vào cổ Nguyễn tấm bảng "Ma cô tàn dư Mỹ-Ngụy", với Mã Kiều Nhi là "Đĩ điếm". Bọn trẻ con reo hò đi theo như một đám rước, trong lúc loa phóng thanh phát đi những lời lên án tàn dư văn hóa đồi trụy phản động.

Cũng trong thời gian đó tại Hà Nội, Từ Hải được thủ trưởng gọi lên hạch hỏi: "Có dư luận nói đồng chí hủ hóa với Vương Thúy Kiều. Đồng chí phải tự kiểm điểm về hành vi xấu xa này."

Từ Hải viết kiểm điểm: "Tôi nhận thức sâu sắc việc yêu Vương Thúy Kiều là xuất phát từ sự tiêm nhiễm tư tưởng và thói quen phong kiến tiểu tư sản, thực dân đế quốc, không phù hợp với nếp sống mới trong sáng của giai cấp vô sản. Tôi thành khẩn nhận khuyết điểm và hứa khắc phục sai lầm, xa lánh Vương Thúy Kiều mãi mãi."

Từ Hải nộp một bản cho cơ quan, một nộp cho chi bộ, một nộp Công đoàn.

Mãi sau này, Từ Hải mới biết thủ trưởng đã thế chỗ của mình trên giường Vương Thúy Kiều. Anh ta nói với Thúy Kiều: "Anh không tin Từ Hải khỏe hơn anh."

8.

Nhà tù vốn là một chung cư cho nhân viên Mỹ trước 1975, được cải tạo thành trại giam. Nguyễn và Mã Kiều Nhi bị tống vào đây sau một đêm nằm trong đồn công an phường. Họ ở hai phòng khác nhau.

Chuyện kể của Nguyễn:

Tôi bị còng tay và ép ngồi giữa chiếc xe gắn máy. Nhìn phố phường nhấp nhô, tôi biết không còn mấy phút nữa những hình ảnh này sẽ thành xa ngái. Qua cổng trại giam, tôi được bàn giao cho một công an quản giáo, rồi được tháo còng. Thủ tục nhận người cũng đơn giản, tôi khai sơ qua lý lịch, nhưng đến phần lý do bị bắt thì tôi phân vân. Làm tình là một tội? Tôi viết: "Làm tình trong phòng trọ". Mã Kiều Nhi có thể là đĩ với tất cả mọi người, nhưng với tôi thì không. Quản giáo dẫn tôi lên lầu ba. Đi hết một hành lang dài, những người tù trong phòng nhìn ra, tôi muốn mỉm cười với họ thay cho một lời chào, nhưng không nhếch mép nổi. Trước phòng cuối dãy, người quản giáo đứng lại mở cửa. Tôi bị đẩy vào. Cánh cửa nhà tù khép lại.

Tôi cúi chào mọi người. Chưa biết phải như thế nào, may

mắn tôi nhìn thấy một người lớn tuổi nhất vẫy tay. Tôi bước đến và ngồi xuống bên cạnh ông ta. Mọi người nhìn tôi chăm chú. Tôi e ngại một thủ tục nhập phòng của giới giang hồ.

Tôi nói: "Xin chào mọi người."

Ông già hỏi: "Tội gì?"

Trong cách hỏi của ông ta, tôi cảm thấy thân thiện. Tôi ngập ngừng. Nếu tôi nói đi chơi gái, chắc chắn tôi sẽ nhận được một tràng cười cùng lúc tôi sẽ bị đánh. Tôi nhớ đến tấm bảng treo trước ngực khi bị dẫn đi diễu hành, tôi trả lời: "Dạ, tàn dư Mỹ-Ngụy."

Thời đó, tàn dư Mỹ - Ngụy bị bắt không phải ít và với những tội danh khác nhau, trốn tránh trình diện cải tạo, hoặc bị tố cáo làm gì đó trong chế độ cũ.

Ông ta hỏi tiếp: "Làm gì?"

Tôi nói: "Viết văn."

Ông ta mỉm cười. Tôi cũng thở ra nhẹ nhõm. Ông ta giới thiệu người trưởng phòng. Một thanh niên trẻ, tên A, không có vẻ gì khỏe mạnh nhưng khôn lanh.

Anh ta hỏi tôi: "Tình hình bên ngoài thế nào?"

Tôi nói: "Rất nhiều nhà văn, nhà báo bị bắt."

Anh ta hỏi: "Có thăm nuôi không?"

Tôi bảo chắc có nếu gia đình biết tin. Anh ta nói sẽ giúp tôi báo tin cho gia đình.

9 giờ tối, tôi được gọi đi làm việc.

Quản giáo dẫn tôi ra khỏi phòng giam. Tôi đi lơ lửng chênh vênh trên mặt đất. Một cảm giác giống như ảo cảnh. Đầu óc lơ mơ. Phòng làm việc chỉ có một cán bộ chấp pháp.

Anh ta nói: "Ngồi đi."

Tôi ngồi xuống.

Cán bộ hỏi: "Anh làm gì trong phòng trọ?"

Tôi nói: "Tôi ngủ với bạn gái."

Cán bộ hỏi: "Có hôn thú không?"

Tôi nói: "Thưa, không."

Hắn hỏi: "Nghề nghiệp?"

Tôi nói: "Dạ, đang thất nghiệp."

Cán bộ hỏi: "Không thất nghiệp thì làm gì?"

Tôi đáp: "Có thể làm một số nghề như viết thuê hoặc làm văn phòng."

Cán bộ hỏi: "Có được thuê viết truyền đơn không?"

Tôi toát mồ hôi: "Dạ, không."

Cán bộ hỏi: "Vậy thường viết cái gì?"

Tôi đáp: "Dạ, viết cái người ta thuê."

Cán bộ hỏi: "Người ta thuê viết cái gì?"

Tôi đáp: "Dạ, viết về một cuốn sách, hoặc một tiếng hát, hay một cuốn phim."

Cán bộ hỏi: "Anh là nhà văn hay nhà báo?"

Tôi đáp: "Có khi là nhà văn, có khi là nhà báo. Hiện nay thì không là nhà gì cả."

Cán bộ hỏi: "Anh thích ở nhà thổ hay nhà tù?"

Tôi lại toát mồ hôi, không thể đùa trong trường hợp này, tôi không biết nói sao. Im lặng. Cán bộ hỏi: "Sao anh im lặng?"

Tôi đáp: "Vì tôi không biết nói sao."

Hắn đưa cho tôi mấy tờ giấy, bảo: "Anh viết tự khai."

Xong, hắn đi ra.

Tôi ngồi một mình. Tôi không biết khai cái gì. Kể chuyện

tình của tôi với Mã Kiều Nhi à? Tôi đang thất nghiệp, ăn bám Kiều Nhi. Tôi nói về những giấc mơ của mình chăng? Tôi chẳng có giấc mơ nào ngoài ước mong được yên ổn. Cách mạng đang đùng đùng ngoài kia. Tôi sợ cách mạng. Cách mạng là chấm dứt mọi mơ mộng. Cách mạng chỉ là lao động sản xuất, là kinh tế mới. Và cách mạng là trấn áp. Tôi không thể nói những suy nghĩ của mình. Tôi để tờ giấy trắng.

Cán bộ chấp pháp quay trở lại. Anh ta nhìn tờ giấy trắng. Anh ta bỏ đi. Người quản giáo đến đưa tôi về phòng giam.

Tôi được nhường chỗ bên cạnh ông già, một người tù chính trị. Ba viên gạch bông, mỗi viên hai tấc. Tôi lấy đôi dép làm gối. Cố ngủ.

Giữ đúng lời hứa, sáng hôm sau trưởng phòng đưa tôi một miếng giấy bao thuốc lá và cây bút chì. Tôi viết cho Vương viên ngoại: "Con và Mã Kiều Nhi bị bắt. Đang ở trại giam TB. Phòng 315", bên dưới tôi ghi địa chỉ nơi đến. Lá thư được quấn quanh miếng gạch nhỏ bằng một sợi thun, rồi được bắn qua hàng rào cũng bằng mấy sợi thun.

Qua lối truyền thông tin bằng miệng từ phòng này qua phòng khác, tôi cũng biết được tin của Mã Kiều Nhi.

Hai tuần sau tôi có quà thăm nuôi.

Việc nấu nướng trong tù là một kỳ công có thể sánh ngang với việc con người leo lên mặt trăng. Và một ngụm cà phê nóng có thể ví như vào thiên đàng.

Nhưng đường đến thiên đàng lại chính là những phút giây ngắn ngủi đi gặp người thân và nhận quà tiếp tế. Mặc dù vẫn là trong nhà tù, nhưng thoát ra khỏi bốn bức tường và đi trong một khoảng sân rộng hơn đã là một phần của tự do.

Con người trở nên hèn mọn vì một vài nhu cầu nhỏ nhặt. Trong tù, phạm vi suy tưởng dường như cũng co hẹp lại trong bốn bức tường. Làm thế nào để giữ gìn sức khỏe và tồn tại là điều quan trọng nhất. Tôi thường tập thể dục sát ngay song sắt để có thêm khí trời.

Cả phòng bị ghẻ. Tôi đã nhìn thấy những con cái ghẻ trong suốt dưới làn da của mình. Và tôi cũng nhìn thấy con người chỉ là những con cái ghẻ trong cuộc sống của nhau. Cũng như tôi không thấy có sự khác biệt nào giữa những con người bị coi là cặn bã như móc túi, cướp giật, lừa đảo, ma cô, đĩ điếm... trong nhà tù với những kẻ được coi là đáng kính ngoài xã hội, bởi trong trại giam cũng không thiếu những người vốn từng được kính trọng. Tôi không nhìn thấy có ranh giới nào giữa kẻ phạm tội và người chưa phạm tội.

Đêm giao thừa, cả phòng đã đón chào năm mới bằng bài quốc ca của chế độ cũ. Tôi thấy điều này thật tự nhiên, không phải vì họ có lập trường chống Cộng hay chế độ, mà đó chỉ là một biểu hiện của trạng thái đối nghịch trong hoàn cảnh. Kẻ bị tù và chế độ bỏ tù họ.

Đại diện chế độ đáp trả bằng một món quà xuân đặc trưng, cùm chân tập thể cả phòng nguyên một ngày đầu năm.

Nếu như không có niềm tin rằng cuộc sống sẽ tốt đẹp hơn, tôi không thể tưởng tượng mình có thể sống. Nhưng cuộc sống tốt đẹp là như thế nào, tìm kiếm ở đâu lại là những câu hỏi không có lời giải đáp. Tôi không có tham vọng trở thành một cái gì. Nhưng tôi vẫn cứ hy vọng vào cuộc sống. Tôi không tin chế độ này sẽ đem lại điều gì có ý nghĩa, nhưng tôi vẫn cứ phải ngụp lặn trong nó. Sống là một nhu cầu tự thân, một bản năng nằm ngoài những toan tính. Tôi không có ý nghĩ trả thù. Tôi cũng không có ước muốn cống hiến cuộc đời mình cho một lý tưởng nào đó. Tôi cần tự do. Và tự do tự nó là một ý nghĩa không cần biện minh hay lý giải.

Sau gần một năm, tôi và Mã Kiều Nhi được đi lao động cải tạo.

Bầu trời lúc nào cũng bao la, nhưng kỷ luật và nội qui làm cho con người bị biến thành con vật. Công việc hàng ngày là đào đất lên liếp rửa phèn theo chỉ tiêu. Sức khỏe của tôi không đủ khả năng đáp ứng với sự nặng nhọc này. Tuy nhiên, những người trong đội đã chia sẻ, họ để cho tôi làm được đến đâu thì làm. Không thể trông cậy mãi vào lòng thương hại của người khác, tôi chủ động đề nghị với ban quản giáo cho tôi được dạy học cho những trại viên chưa biết chữ.

Lớp học được hơn chục người, đa phần là dân móc túi vô gia cư. Họ không cần chữ. Vì thế, lớp học rơi rụng dần trước khi họ có thể đọc hay viết được một lá thư.

Tôi cũng nhận ra, việc bắt bớ và trừng phạt mình chẳng theo một thứ pháp luật nào. Vậy thì tại sao tôi phải tôn trọng nó?

Tôi bắt đầu có ý nghĩ trốn trại, mặc dù trước đó tôi đã lạnh người chứng kiến cảnh các quản giáo đánh đập tàn nhẫn một người trốn trại vào ban đêm bằng cây tre. Tôi đã cảm nhận cây tre khi bị dập sẽ trở nên ghê rợn như thế nào khi nó quất vào da thịt.

Cho dù thế nào, con người vẫn cần phải tin vào nhau. Nhưng đặt niềm tin vào người khác lại là chuyện rất may rủi. Tôi đã có may mắn khi ngỏ ý muốn trốn trại với người bạn nằm bên cạnh. Anh vốn là một thầy giáo và là một cựu đảng viên Quốc Dân Đảng, bị bắt vì tội vượt biên. Anh bảo tôi: "Nếu không thật sự cần thiết thì quên chuyện ấy đi."

Tôi không có điều gì cấp thiết hay quan trọng để phải trốn trại, nhưng ý nghĩ bị trói buộc làm tôi cùng quẫn, khó thở. Đêm không ngủ được, sáng dậy vật vờ như con ma. Rồi tôi ăn uống cũng không được. Tôi đổ quy. Y tá trại cho tôi uống thuốc. Tôi vất thuốc đi. Càng lúc tôi càng suy sụp. Tôi không muốn sống nữa, bởi tôi không biết sống để làm gì. Mặc dù khi ấy, câu nói phổ biến nhất làm căn bản đạo đức cho một xã hội nghèo đói và nô dịch lạc hậu là "Mình vì mọi người, mọi người vì mình", không phải không làm cho tôi cần nhìn lại cuộc sống của chính mình theo lý tính thuần túy. Nhưng tôi cũng đủ trải nghiệm để biết thực chất của nó chỉ là sự sáo rỗng của tuyên giáo trong một xã hội hoàn toàn giả dối và tàn ác. Những chính sách mù quáng và khắc nghiệt không mang lại cho bất cứ ai biết suy nghĩ độc lập một niềm hy vọng nào. Nhưng cái kinh tởm nhất đối với tôi không phải ở những sai lầm có tính điên rồ như thế của nhà cầm quyền, mà chính là cái thái độ của bọn nịnh thần bợ đỡ khắp mọi nơi, đặc biệt trong giới văn nghệ sĩ, trí thức. Một tình trạng vô liêm sỉ phổ quát. Tôi không muốn sống chung với dòi bọ.

Y tá trại đưa tôi về thành phố cấp cứu.

May mắn, tôi không bị còng tay vào giường và tôi đã ra khỏi nhà thương ngay khi có thể bước đi được.

Chuyện kể của Mã Kiều Nhi:

Tôi lúc nào cũng chỉ muốn sướng. Vì thế, chẳng có lý do gì tôi lại phải chịu khổ khi ở trong tù.

Khi chấp pháp kêu tôi lên làm việc, tôi đã rất nghiêm chỉnh khai báo tất cả những gì cán bộ muốn tôi khai báo. Tôi chẳng có gì phải che giấu, nhưng tôi cũng không dành cho cán bộ cái quyền giáo dục tôi.

Tôi nói với cán bộ: "Sự thật về em rất đơn giản, khi bị bắt em không làm đĩ, mặc dù em có làm tình. Còn lý do vì sao em làm tình cũng rất đơn giản, vì em thích. Anh có muốn làm tình với em không?" Rồi tôi cởi nút áo khoe vú. Tôi nói: "Vú em đẹp. Cho anh nhìn miễn phí."

Cán bộ hét lên: "Cô kia! Đây là phòng làm việc."

Tôi bảo: "Phòng làm việc thì làm tình cũng đâu có sao". Rồi tôi cười: "Em không tố cáo anh đâu. Em thích vui. Anh cứ vui đi, chẳng việc gì phải tự làm khó mình. Nếu anh không dám làm thì cứ nhìn cũng không sao. Em đẹp mà phải không?"

Anh cán bộ hỏi: "Cô muốn gì?"

Tôi nói: "Em nói rồi. Em muốn vui". Rồi tôi nựng vú tôi, nói: "Anh cứ tự nhiên, em không la làng đâu."

Cán bộ nói: "Thôi, cô mặc áo lại cho tử tế rồi về phòng."

Tôi nói: "Nếu có thể được thì anh tiếp tế đồ ăn cho em, mai mốt ra tù em sẽ trả ơn."

Tuy không được thả, nhưng tôi vẫn nhận được quà thăm nuôi của Đạm Tiên do quản giáo mang đến tận phòng.

Khi bị đưa đi lao động cưỡng bức, tôi cũng tìm được cách cho quản giáo biết tài năng của một phụ nữ tiết hạnh khả phong công dung ngôn hạnh. Tôi nấu ăn giỏi và hát hay, vì thế tôi được chọn làm phụ bếp và tham gia ban văn nghệ của trại. Tôi chỉ thiếu mỗi danh hiệu áp trại phu nhân thôi, tuy nhiên thỉnh thoảng tôi cũng cho các anh cai tù bóp vú một cách kín đáo.

9.

Không ai nghĩ tôi là ma, Đạm Tiên nói, bởi những cảm giác thật tôi mang đến cho người khác. Không một ai biết tôi chỉ là sự ngưng tụ của một ảo ảnh, ảo tưởng và những gì người khác thấy và cảm nhận chỉ là một ảo tượng. Vương Thúy Kiều hay Mã Kiều Nhi tưởng tôi là một người bất tử như họ. Tôi hiện hữu như một sinh linh và như một khát vọng, tôi có thật trong cuộc đời này với những tác động hiển nhiên vào cuộc sống những người liên hệ với tôi. Nhưng thật ra tôi chỉ là ma. Bởi là ma, tôi sống trong bóng tối của con người. Tôi biết tường tận mọi sâu kín. Và tôi đến để những sâu kín được hiển lộ. Vì tôi là đàn bà, tôi cũng là ham muốn của trần gian, nhưng đừng vội bảo tôi là tội lỗi, bởi thật ra tôi là cái đẹp, hạnh phúc và viên mãn. Tôi là đầu tiên và cuối cùng của một hành trình trong đời của mỗi một đàn ông. Tôi không phải bất tử nhưng tôi hằng có. Tôi là động lực của sự sống vì thế không một đàn ông nào có thể từ chối tôi khi tôi muốn. Tôi biết cách làm thỏa mãn bất cứ người đàn ông nào bởi vì tôi biết họ cần gì. Cái kinh nghiệm mang tính nhân loại đã nâng tôi lên thành thần. Dân gian gọi là "Thần Lồn". Tôi dâng hiến và ban phát. Tôi phục vụ và được tôn thờ. Thật ra, ma hay thần cũng không khác gì nhau. Cũng không phải vấn đề đẳng cấp. Thế giới của sự thật hay chân lý chỉ là một.

Rồng hay rắn cũng chỉ là một. Sự sướng tuyệt đỉnh không phân biệt giả hay thật, già hay trẻ, thơm hay thối. Tôi có mùi của sự chết. Và đến với tôi không một ai mà không chết. Chỉ có cái chết con người mới đạt được sự toàn mãn. Bởi vì dụ là một quá trình của cái chết. Ai không biết điều ấy chẳng bao giờ đạt được cái sướng tuyệt đỉnh. Tiếc thay cho những kẻ thay vì phiêu dật vào cái vô cùng lại biến nó thành lầm than và tủi nhục của sự giới hạn.

Nguyễn nói với Đạm Tiên: "Em có khả năng biến đổi một người đàn ông tầm thường trở thành vĩ đại."

Đạm Tiên cười: "Không dám. Anh đã dụ em cả ngàn lần mà anh có khá lên được tí nào đâu."

Nguyễn nói: "Vì thật sự em chưa bao giờ yêu anh."

Đạm Tiên bảo: "Cũng có thể vì anh chưa bao giờ buông thả mình thật sự."

Nguyễn tự đặt cho mình một loạt câu hỏi: Thế nào là dấn thân? Thế nào là hết mình? Đâu là những trở ngại và cách vượt qua trở ngại? Để làm gì? Rồi thế nào là cân bằng? Có cần thiết phải cân bằng không? Cái tối hậu là gì? Nhưng Nguyễn không bao giờ muốn có câu trả lời, bởi vì chàng biết mình không đủ sức để sống với câu trả lời, đích thực.

Nguyễn bất ngờ thấy mình đang ở trên đỉnh núi. Nhìn xa về phía đông là biển. Sau lưng chập chùng những ngọn núi khác. Nguyễn bảo: "Anh không tưởng tượng được mình có thể leo lên được tới đây."

Đạm Tiên cười: "Bởi vì anh không tin vào chính mình. Nhưng bây giờ thì anh đã ở trên đỉnh núi."

Nguyễn hỏi: "Có thể giải thích điều này thế nào? Mộng du hay ma giấu?"

Đạm Tiên bảo: "Anh hiểu sao cũng được."

Nguyễn hỏi: "Đây là đâu?"

Đạm Tiên đáp: "Núi Chà Bang. Anh nghe đến nó rồi phải không?"

Nguyễn xao xuyến: "Ừ. Ninh Thuận."

Đạm Tiên hỏi: "Anh thấy thế nào?"

Nguyễn nói: "Anh thấy tiền kiếp."

Đạm Tiên bảo: "Đừng xạo nhé."

Nguyễn nói tiếp: "Anh thấy cả vị lai."

Đạm Tiên bảo: "Anh đừng phét lác kiểu văn chương triết học thế. Em là ma đấy".

Nguyễn nói: "Ngày xưa anh đã chăn dê dưới chân núi này."

Đạm Tiên bảo: "Coi chừng em quăng anh xuống núi cho chăn dê tiếp."

Nguyễn nói: "Có vài lần anh đã thử leo lên núi."

Đạm Tiên hỏi: "Để làm gì?"

Nguyễn đáp: "Xem có gì linh thiêng."

Đạm Tiên hỏi: "Anh thấy gì?"

Nguyễn nói: "Anh thấy tiền kiếp."

Đạm Tiên hỏi: "Lần khác anh thấy gì?"

Nguyễn nói: "Cũng chỉ thấy tiền kiếp."

Đạm Tiên hỏi: "Tiền kiếp anh là gì?"

Nguyễn nói: "Một thằng bé chăn dê."

Đạm Tiên hỏi: "Còn vị lai của anh?"

Nguyễn nói: "Một nhà văn."

Đạm Tiên hỏi: "Cảm giác của anh bây giờ?"

Nguyễn bảo: "Anh sợ mình không thể xuống núi được."

Đạm Tiên cười: "Em sẽ giúp anh bay xuống. Nhưng quên

chuyện ấy đi. Hãy sống với cái mình đang có."

Nguyễn nói: "Khí trời, mây, gió, độ cao và gái?"

Đạm Tiên nói: "Chỉ có gái."

Gái là một thực tại nhãn tiền. Và Đạm Tiên phô bày một thực thể huy hoàng tiên nữ. Không phải cung đình diễm lệ kiểu phim Tàu, mà porno Hollywood siêu thực. Gió làm cho thực thể ấy sống. Cây cỏ làm cho thực thể ấy đa dạng mông lung. Chim hót làm cho thực thể ấy dậm dật mê cuồng. Nhưng mây và thanh khí lại làm cho thực thể ấy trở nên hư ảo. Nguyễn thấy mình căng phồng như một quả bóng. Nhục dục và siêu thoát. Chàng kêu lên đáo bỉ ngạn sa tràng thọ tiễn. Úm ba la mật. Trong một chớp lóe sáng lòa của ý thức, Nguyễn thấu cảm ngẫu tượng tôn giáo của Linga và Yoni.

Sau này, Nguyễn nhất định cho rằng mình là người gốc Chăm.

Những cuộc tấn công của Chiêm Thành vào Đại Việt trong khoảng từ năm 1360 đến 1390 hẳn đã để lại nhiều hậu duệ hung hãn và lãng mạn.

10.

Hơn ba mươi năm sau lần đi tù vì tội làm tình trong nhà trọ không có hôn thú, Nguyễn lại vào tù bởi một chuyện vớ vẩn khác. Chàng bị bắt vì giúp đỡ dân oan mất đất viết đơn thưa kiện.

Tòa án khép tội Nguyễn xúi giục dân oan làm loạn và viết blog chống phá chế độ. Bốn năm tù.

Nguyễn đã từ chối nói lời sau cùng. Chàng phủ nhận toàn bộ cái phiên tòa giả hình, lố bịch không phải bằng những lời lẽ anh hùng mà bởi sự im lặng. Chàng không muốn thừa lời với những kẻ bất xứng.

Từ Hải nói với Thúc Sinh: "Thật lạ, ông Nguyễn vẫn còn tính nhân văn. Lẽ ra, ông ta phải biết mình đang ở thời đại nào."

Thúc Sinh trầm ngâm: "Biến thái như cậu là thức thời. Nhưng cũng có thể vì thế, tôi chưa bao giờ coi cậu là nhà văn. Nói cậu đừng buồn."

Từ Hải: "Tôi cần một chỗ đứng dưới ánh mặt trời. Và tôi nghĩ là tôi đã làm được điều đó."

Thúc Sinh bảo: "Phải. Cậu đã làm được tất cả những gì cậu

muốn. Và tôi biết, đến một lúc nào đó, cả ông Nguyễn cũng sẽ phải biến thái như cậu. Vì đó là guồng máy, không cho phép bất cứ ai có bản sắc cá biệt."

Từ Hải nói: "Khi chọn nghề viết văn và làm báo, tôi tưởng mình vẫn có thể làm cách mạng theo một cách khác, dù lắt léo, kín đáo. Nhưng càng sống lâu, tôi càng biết mình ngụy tín. Vì thế, tôi theo anh. Không làm gì được cho sự công bằng giữa con người thì ít nhất tôi cũng không muốn làm cho mình bị thiệt thòi."

Hồ Tôn Hiến cho gọi Thúc Sinh đến. "Hãy tìm cho tôi một người giỏi đoán điềm giải mộng."

Thúc Sinh đưa Đạm Tiên vào gặp Hồ Tôn Hiến.

"Tôi có thể giúp gì được cho vương phủ?" Đạm Tiên hỏi.

Hồ Tôn Hiến nói: "Tôi nghe nói cô thông suốt âm dương. Vì thế, nhờ cô vài việc."

Đạm Tiên bảo: "Tôi sẵn sàng nghe ngài đây."

Hồ Tôn Hiến nói: "Tôi có những giấc mơ giữa ban ngày. Đại thể, đó là những sinh linh, không, không phải những sinh linh, mà là những ngọn cỏ. Trên đầu ngọn cỏ có những cái miệng. Những cái miệng đó phun ra máu làm đỏ cả bầu trời. Vâng, cỏ non xanh rợn chân trời và máu tươi chói lọi tầng không. Còn ban đêm thì lại khác cô ạ. Đêm trắng. Trắng không có bất cứ cái gì hiện hữu. Tôi không an tâm."

Đạm Tiên hỏi: "Ngài có tin tôi không?"

Hồ Tôn Hiến đáp: "Tôi mời cô đến mà."

Đạm Tiên nhắc lại: "Ngài có tin tôi không?"

Hồ Tôn Hiến buộc phải nói: "Thưa cô, tôi tin."

Đạm Tiên: "Vậy ngài sẵn sàng làm theo lời tôi chứ?"

Hồ Tôn Hiến: "Thưa cô, sẵn sàng."

Đạm Tiên: "Việc thứ nhất: Ngài cho lập ngay một bàn thờ,

chỗ nào cũng được nhưng nhất thiết phải ở hướng Bắc. Trên bàn thờ ấy, ngài đặt một tượng thần Bạch Mi. Mỗi ngày ngài cúng bốn lần, sáng, trưa, chiều và trước khi đi ngủ trong vòng đúng một trăm ngày. Mỗi lần cúng, ngài đốt 4 cây nhang và thắp 16 ngọn nến. Không cần khấn vái gì, chỉ cần lòng thành hướng đến vô lượng kiếp của mình. Việc thứ hai: Sau một trăm ngày, ngài cho chuẩn bị lễ vật gồm một cô gái đồng trinh và một bình rượu Minh Mạng cúng cho thần Bạch Mi. Bản thân tôi sẽ lên đồng gọi hồn cho ngài hỏi han."

Hồ Tôn Hiến: "Tôi sẽ làm theo lời cô". Và Hồ Tôn Hiến đưa cho Đạm Tiên một cái séc tạm ứng 20.000 USD.

Một trăm ngày sau, trước bàn thờ Bạch Mi là Vương Thúy Kiều lõa thể nằm trên tấm thảm có in hình trống đồng Đông Sơn. Rượu Minh Mạng 14 ly đặt xung quanh. Đạm Tiên đứng thắp hương vái lạy thần tổ, rồi nàng dùng khăn riêng lau trên mặt vị thần theo nghi thức truyền thống của lầu xanh, cầu mong luôn được khách chơi yêu thương.

Xong, Đạm Tiên ngồi xuống xếp bằng, lấy khăn đỏ trùm kín đầu.

Thúc Sinh đưa cho Hồ Tôn Hiến bốn cây nhang đã cháy và một tờ giấy. Hồ Tôn Hiến khom người vái ba vái rồi lẩm nhẩm đọc những lời trong giấy. Đọc xong lại vái ba vái rồi mới cắm nhang vào lư hương. Bất thần, Đạm Tiên hét lên. Nàng giẫy dành dạch như bị cắt tiết. Miệng phát ra âm thanh của một ông già: "Ta là Bạch Mi, cụ tổ của Vương Thúy Kiều đoạn trường tân thanh. Thiện nam muốn biết điều gì?"

Hồ Tôn Hiến thưa: "Thế lực thù địch rộ lên khắp nơi, thiện nam phải làm sao?"

Bạch Mi phán: "Phải nói cụ thể mới xử lý hiệu quả được. Gần hay xa, trong hay ngoài, bên trái hay phải, Đông Tây Nam Bắc ở đâu?"

Hồ Tôn Hiến thưa: "Trong cũng có, ngoài cũng có, gần cũng có mà xa cũng có, trái hay phải đều có.

Bạch Mi phán: "Thế là thập diện mai phục, tứ bề thọ địch. Phải dùng kế Không thành của Gia Cát Lượng mà hành động."

Hồ Tôn Hiến thưa: "Làm thế nào để bảo toàn gia nghiệp?"

Bạch Mi phán: "Cất giữ vàng thật, phát hành tiền giả."

Hồ Tôn Hiến thưa: "Làm thế nào để tiêu diệt kẻ thù?"

Bạch Mi phán: "Muốn tiêu diệt thù ngoài thì phải củng cố nội lực. Muốn tiêu diệt thù trong thì phải gia tăng âm phúc. Muốn làm được cả hai việc đó thì trước hết phải xây dựng lại tổ đình xã tắc."

Hồ Tôn Hiến thưa: "Còn muốn bảo toàn tính mạng?"

Bạch Mi phán: "Bồi dưỡng chân khí bằng miên trường âm hộ của trinh nữ thuần Việt. Muốn hỏi gì nữa không? Đã đến giờ ta thượng hưởng."

Đạm Tiên ngã người lên Thúy Kiều và hai người ôm chặt lấy nhau.

Trước khi đưa ra dự án xây dựng lại tổ đình xã tắc, Hồ Tôn Hiến cho xây mới nhà thờ tổ dòng họ. Họ Hồ sai người về quê Tích Khê, tỉnh An Huy mua đất, cùng đi có một thày địa lý phong thủy. Việc chọn thế đất và thiết kế xây dựng hoàn toàn do ông thày quyết định theo tôn chỉ "đời đời bền vững".

Hồ Tôn Hiến cũng ra một nghị quyết độc quyền thương hiệu vàng, đồng thời cho phát hành một loại tiền mới bằng giấy nhôm theo hệ cửu phân nhằm ghi dấu ấn thời đại của mình. Không nói ra, nhưng nhân dân đều biết chín nút là chắc cú. Đại Việt ta ắt phải thành rồng.

Riêng việc bồi dưỡng chân khí, Hồ Tôn Hiến vẫn giao cho Thúc Sinh lo liệu. Vốn là một người kỹ lưỡng, nhưng biết thụ hưởng, Thúc Sinh đều casting tất cả các em trước khi dâng cho thủ trưởng.

Có lẽ tử vi của Hồ Tôn Hiến không được tốt về hai cung thê,

tử. Truyện kể rằng khi làm Án sát Chiết Giang, Hồ Tôn Hiến được Tể tướng của Gia Tĩnh chủ hôn cưới một hoa hậu ở địa phương, nhưng khi sang An Nam công cán, triều đình nhà Minh nhất quyết không cho họ Hồ mang vợ con theo, vì sợ họ Hồ cát cứ phản nghịch. Khi ở An Nam, họ Hồ được cống tiến một hoa khôi Tây Bắc. Cô này để lại cho họ Hồ một truyền nhân, trước khi cô bị giết để bảo toàn thanh danh cho Hồ Tôn Hiến. Thúc Sinh biết rõ việc này vì ông ta đã hưởng thừa cái vinh quang của thủ trưởng. Hồ Tôn Hiến có ý muốn thay đổi khẩu vị, Thúc Sinh tiến cử một chân dài Nam bộ. Trong kiệu màn che trướng rủ, Thúc Sinh động tà tâm hiếp cô này ngay giữa đường tiến cung. Cô mang dòng máu phản bội trong người về với Hồ Tôn Hiến. Có người bảo, Thúc Sinh buôn vua theo cách của Lã Bất Vi. Nhưng người con này đã tự sát khi anh ta vừa đến tuổi trưởng thành không biết vì lý do gì. Còn người con thứ hai với hoa khôi Tây Bắc chọn cách sống ẩn dật vô danh để cố giữ lấy cái mạng cùi. Người vợ đầu tiên và đứa con chính thống không ai biết số phận ra sao. Còn người con gái và con rể vẫn được coi là chính thức hiện đang sống với Hồ Tôn Hiến thật ra chỉ là bọn tình báo được triều đình nhà Minh cài cắm nhằm giám sát kẻ gian hùng này.

Nguyễn vùi mình trong bóng tối của nhà tù. Chàng tuyệt vọng như sau những ngày vừa giải phóng 1975. Cái cảm giác của sự chấm dứt dày vò chàng. Đối với việc viết văn, sự chấm dứt lại càng trở nên khốc liệt hơn. Nó giống như sự băm vằm. Nguyễn phải sống một cuộc đời khác, nếu muốn tồn tại. Chưa bao giờ ý nghĩ thỏa hiệp có trong đầu chàng. Cái thôi thúc của một nhà văn không phải là tìm kiếm danh vọng, lại càng không phải miếng cơm manh áo. Trong điều kiện bắt buộc của chữ nghĩa nô lệ, thì việc trở thành nhà văn chỉ là một hành động tự phỉ báng về nhân cách. Vì thế, Nguyễn đã sống như không sống. Đã chết mà vẫn lay lắt. Vả lại, cũng chẳng có bất cứ điều gì buộc Nguyễn phải viết, thế thì cớ gì chàng phải khom lưng làm một kẻ xu nịnh viết những điều dối trá?

Mã Kiều Nhi không bỏ rơi Nguyễn. Nàng tiếp tế thực phẩm cho chàng và an ủi linh hồn chàng bằng cách dùng những tờ giấy báo có in những bài thơ dịch gói quà cho chàng.

Nhưng người cứu vớt Nguyễn thực sự lại là một nhà sư. Bị giam chung với Nguyễn, nhà sư dạy chàng tập thiền, dạy chàng cách ngồi, cách hít thở và cách buông xả. Quan trọng hơn, nhà sư dạy chàng cách yêu cuộc đời, yêu những vạt nắng hiếm hoi nhìn thấy và yêu cái không gian chung quanh mình.

Rồi Nguyễn rơi vào một trạng huống tinh thần vô xứ. Chàng không còn coi điều gì là quan trọng hay đáng kể. Làm hay không làm bất cứ điều gì đều là những khả thể vô nhiễm, mặc dù chàng vẫn ý thức được tính nghiệp của nó. Một trong những hệ quả của tình trạng tinh thần này đã giúp chàng thoải mái trong việc sử dụng ngôn ngữ, nó thể hiện một tâm thái tự tại vượt qua cái hàng rào văn hóa ước lệ. Chính danh trong ngôn ngữ là chính tâm trong hành động và tư duy, nó cũng giải nghiệp và làm sáng tỏ hành động và tư duy, nó tác động ngược trở lại chính ngôn ngữ và tạo ra sức sống mới cho ngôn ngữ. Nguyễn cảm thấy mình linh hoạt hơn. Chữ nghĩa với chàng trở nên trần trụi mà cũng tràn trề sắc độ phong nhiêu hơn. Đầy ngẫu hứng và chạm đến cốt tủy. Thay vì câm lặng, Nguyễn nhảy múa. Thay vì dâng một đóa hồng, Nguyễn đã cầm lên cây búa. Chàng hủy diệt và luôn luôn hủy diệt.

Đấy là cách Nguyễn thoát ra khỏi nhà tù.

11.

Thúc Sinh hoàn toàn nhận thức được cái hệ thống thù địch với con người vẫn đang vận hành và đúc khuôn cuộc sống mà ông đã thích nghi, thậm chí có khả năng điều khiển nó phục vụ cho lợi ích của mình, đến một lúc nào đó tất yếu sẽ đổ vỡ. Bởi hệ thống ấy được thiết lập và điều hành dựa trên các nguyên lý áp đặt của ý chí sai lầm. Vì thế, ông đã dự bị cho tương lai ở một xứ sở khác, nơi ông sẽ tận hưởng thành quả của mình một cách an toàn nhất. Nhưng ông cũng không muốn trở thành người trắng tay với lịch sử. Ông đặt cục gạch giữ chỗ cho lương tâm của mình với nhân gian bằng cách cho Từ Hải phục hồi nhân phẩm. Ông bảo Từ Hải cần phải trở lại là chính mình. Biết bất bình và biết phản kháng.

Thúc Sinh nói với Từ Hải: "Chúng ta cần có một phương án cho những biến cố lịch sử. Tình thế hiện nay cho thấy, không có bất cứ một lực cản nào có thể ngăn được xu thế dân chủ đang đi tới. Sự thay đổi sẽ là tất yếu dù muốn hay không muốn. Vấn đề là thời gian và lực lượng nào sẽ làm chủ được sự thay đổi đó. Đây là thời cơ của cậu."

Từ Hải thận trọng: "Anh không gài để bắt tôi chứ?"

Thúc Sinh nói: "Nếu cậu không làm thì cũng sẽ có người

khác làm. Tôi cần kiểm soát được mọi tình huống. Trong trường hợp của tôi và cậu, tôi nói thật, chúng ta đặt cược cả hai cửa. Kiểu gì chúng ta cũng thắng. Cậu hiểu chứ?"

Từ Hải: "Vâng, tôi hiểu".

Tuy nói thế, Từ Hải thừa biết mình có thể trở thành tốt thí bất cứ lúc nào. Nhưng từ chối Thúc Sinh không phải là điều đơn giản. Cũng có thể điều này còn là gợi ý của Hồ Tôn Hiến. Từ Hải bỗng nhận ra mình chỉ là một con bài.

Từ Hải nói: "Tôi thật sự không còn dũng khí. Và lại, tôi chỉ muốn trung thành với anh cũng như với Hồ Tôn Hiến."

Thúc Sinh cười lớn: "Nếu cậu không muốn thì thôi. Sau này đừng trách tôi không chia sẻ với cậu."

Từ Hải bảo: "Guồng máy đã nhào trộn tôi thành bã và bản thân tôi cũng đã tự gọt giũa cho vừa với cuộc sống này. Tôi đã quen phục tùng. Biết bất bình và biết phản kháng vượt quá sức tôi."

Thúc Sinh: "Cậu vẫn còn ý thức và nhận diện được mình thì chưa phải là hỏng hết. Nếu cậu bảo cậu đã quen phục tùng, thì hãy nghe đây: Chúng ta chơi cờ và chúng ta tự biến thành quân cờ. Một cuộc chơi đến tận cùng số phận. Chúng ta chỉ có một trả giá duy nhất là trở thành tay chơi thứ thiệt. Đấy là điều tôi muốn, tôi và cậu không phải là dũng sĩ giác đấu. Chúng ta là những con buôn, có thể bỏ vốn bằng máu nhưng không chấp nhận thua lỗ."

Từ Hải nghĩ, chẳng có điều gì chắc chắn, nhất là lại đầu cơ vào chính trị. Tuy nhiên, chàng vẫn nói với Thúc Sinh: "Nếu anh cũng chơi thì tôi theo."

Khi ấy có nhiều người chính thức ra khỏi đảng của Hồ Tôn Hiến, hoặc tiêu cực hơn thì lặng lặng không sinh hoạt chi bộ nữa.

Đạm Tiên nói với Từ Hải: "Để phù hợp với bản chất của anh, anh không thể bó thân mãi trong cái đảng ẩm ương ấy, vào Hội Bạch Mi với chúng em, anh tha hồ tung hoành. Sự nghiệp của anh sẽ bền vững muôn đời cùng với sự bất biến của đỉ nghiệp chúng em."

Từ Hải trừng mắt hỏi: "Sao lại gọi là ẩm ương?"

Đạm Tiên nói: "Một cái đảng độc tôn, độc tài toàn trị, nhưng lại lãnh đạo tập thể. Không ai chịu trách nhiệm. Cứ một thằng làm thì hai thằng phá, bọn ngu dốt còn lại thì ỡm ờ ăn theo. Vì thế đảng của anh suốt bao năm nay chỉ biết loay hoay tự sướng, vơ vét và làm khổ nhân dân."

Từ Hải hỏi: "Cô không sợ bạo chúa à?"

Đạm Tiên nói: "Bạo chúa mà được việc thì vẫn còn hơn cái lũ ham hố quyền lực mà không biết làm gì ngoài việc bắt nạt dân chúng. Em nói cho anh biết nhé, không phải chỉ có Đảng của Hồ Tôn Hiến mới theo đuổi quyền lực. Bọn đĩ điếm chúng em cũng muốn thực thi công lý theo cái cách phổ quát nhất, anh cứ nhìn kỹ xem."

Từ Hải cười lớn: "Công lý ở chỗ nào?"

Đạm Tiên: "Ăn bánh phải trả tiền. Có phải là công lý không?"

Từ Hải đáp: "Phải."

Đạm Tiên: "Bọn anh vơ vét của nhân dân, có đền bù gì xứng đáng?"

Từ Hải nói: "Chúng tôi đã mang lại cho nhân dân một nền dân chủ gấp trăm lần hơn các nước tư bản."

Nghe xong, Đạm Tiên bị sặc, vãi đái ướt nhẹp quần lót.

Từ Hải cảm nhận được điều gì đó khác thường nơi Đạm Tiên, hỏi: "Em sao vậy?"

Đạm Tiên bảo: "Không có gì. Anh hài hước thông minh hơn em tưởng."

Vào Sài Gòn công tác, Hồ Tôn Hiến được Thúc Sinh chiêu đãi một thực đơn châu Phi hoang dã từ thức ăn đến các em phục dịch đẳng cấp văn học khiêu dâm Mã Kiều Nhi, Đạm Tiên và

Vương Thúy Kiều.

Thúc Sinh nói với Hồ Tôn Hiến: "Chúng ta đang ở bên bờ vực phá sản. Nếu không quyết liệt xóa bàn làm lại, chúng ta sẽ mất hết, kể cả mạng sống."

Hồ Tôn Hiến bảo: "Trung Quốc đang có tham vọng tranh dành địa vị bá chủ thế giới. Manh động lúc này có thể dẫn tới việc quân Trung Quốc mang xe tăng tràn qua biên giới như thảm kịch của Hungary 1956, Tiệp Khắc 1968..."

Thúc Sinh nói: "Nếu Mỹ hậu thuẫn đưa hạm đội 7 vào Biển Đông thì không sợ. Nhưng dù sao cũng phải tạo ra một bối cảnh hợp lý."

Hồ Tôn Hiến bảo: "Tình báo Hoa Nam có mặt ở khắp nơi. Không qua mặt bọn chúng được."

Thúc Sinh: "Chẳng lẽ chúng ta buông xuôi chờ ngày nhân dân đến treo cổ?"

Hồ Tôn Hiến: "Không, phải hành động. Chúng ta cần có một quần chúng của mình bên cạnh một đồng minh đáng tin cậy."

Thúc Sinh: "Chúng ta chỉ có một quần chúng bất mãn. Bên ngoài không ai tin chúng ta."

Hồ Tôn Hiến: "Trước hết cần giải quyết càng nhanh càng tốt bọn cơ hội trong Đảng."

Thúc Sinh giật mình sợ Hồ Tôn Hiến giao việc cho mình. Ông không muốn là kẻ thù của bất cứ ai. Nhưng Hồ Tôn Hiến đã nói tiếp: "Ông gọi Sở Khanh cho tôi."

Thúc Sinh đáp: "Ngày mai tôi sẽ cho nó trình diện anh."

Rồi Thúc Sinh bảo Vương Thúy Kiều chơi đàn. Những khúc dân ca Trung Quốc được Mã Kiều Nhi và Đạm Tiên thay nhau hát. Nước sông Tiền Đường chảy về phương Nam hoài cảm trong tâm hồn họ.

Hôm sau, Thúc Sinh đưa Sở Khanh ra mắt Hồ Tôn Hiến tại

Đền Hùng Sài Gòn.

    Hồ Tôn Hiến hỏi: "Anh biết việc tôi cần chứ?"

    Sở Khanh nhanh nhẩu: "Tìm cho ngài một cô gái?"

    Hồ Tôn Hiến hỏi như không nghe Sở Khanh nói gì: "Anh vẫn còn khả năng lừa tình chứ?"

    Sở Khanh: "Vâng, đấy là nghề của tôi."

    Hồ Tôn Hiến nói: "Tôi muốn anh lừa cả bầy cừu."

    Sở Khanh: "Thưa được ạ. Nhưng tôi cần chính danh."

    Hồ Tôn Hiến nói: "Thúc Sinh sẽ làm thủ tục cho anh."

    Ban Huấn giáo trực thuộc văn phòng Hồ Tôn Hiến được thành lập do Sở Khanh làm trưởng ban. Ban này có trách nhiệm chính thức là tư vấn chính phủ về các lĩnh vực thông tin, văn hóa và giáo dục.

    Thế giới có hình tam giác. Ta – Địch – Bọn không phải ta, không phải địch. Trong thế tam phân ấy, không cái nào đối đầu trực tiếp với cái nào, chúng nương nhau mà thành. Không có địch thì phải tạo ra địch, vì không có địch thì không có ta. Có ta mà không có "bọn không phải ta, không phải địch" thì không thể có vận hành, cai trị. Mà cai trị thì không chỉ có đàn áp, cai trị cũng cần tung hô. Đàn áp là biện pháp. Cứu cánh là tung hô. Thần thánh trên trời và ma quỉ dưới đất cũng chỉ là một hệ thống. Sở Khanh trình bày dự án hành động dựa trên các nguyên lý mâu thuẫn và đồng nhất. Theo đó, thúc đẩy mâu thuẫn để tạo nên sự đồng nhất. "Thế lực thù địch" và "phản động" trở thành sách lược qui phục quần chúng. Và "sở hữu toàn dân" hay "thế giới đại đồng" sẽ là chiêu bài xuyên suốt cuộc vận động lịch sử. Mục tiêu lừa tình do Hồ Tôn Hiến đề ra được Sở Khanh thi hành triệt để. Tất cả nghệ thuật lừa gái đều được Sở Khanh áp dụng để chinh phục quần chúng. Bầy cừu nhắm mắt đưa chân. Bọn chăn cừu muốn cắt lông và làm thịt nhưng không muốn vỗ béo bầy cừu. Bầy cừu đói muốn làm loạn nhưng vốn bản chất là cừu nên không bao giờ cừu biến thành sói.

Thế giới có hình vuông. Dân gian gọi là tứ trụ triều đình. Sự mất cân bằng của quyền lợi và tham vọng làm xô lệch cái hình vuông ấy. Thúc Sinh bí mật giao nhiệm vụ cho Sở Khanh thúc đẩy cái mâu thuẫn đa phương ấy lên cao với mục đích đồng nhất thế giới chỉ còn một đường thẳng. Đường thẳng ấy dẫn tới đâu không ai biết. Điều quan trọng là quyền lực phải được quy về một mối.

Bầy cừu nằm mơ có một ngày trời mới đất mới, nên Sở Khanh lại có nhiệm vụ cho một dự án lừa tình khác.

Thay vì một đường thẳng, thế giới biến thành hai đường đối nghịch chà xát nhau. Cả những kẻ đứng bên lề phải hay lề trái đều điêu đứng. Xác ruồi muỗi nhiều như cát.

Hoàng đế Gia Tĩnh cho sứ giả sang gặp Hồ Tôn Hiến.

Sứ giả nói: "Xét vì tình đồng hương, trên cơ sở đồng văn, hàng xóm láng giềng tốt, Thiên triều ủng hộ đồng chí trong cuộc tranh chấp quyền lực hiện nay."

Hồ Tôn Hiến cúi đầu đa tạ, hô vang: "Gia Tĩnh vạn vạn tuế, vạn vạn tuế."

Sứ giả tiếp: "Tuy nhiên, đồng chí không được quên sự cưu mang của Thiên triều với đồng chí. Vì thế đồng chí cần phải nêu cao tấm gương thần phục Thiên triều cho cả thế giới thấy. Vì cả thế giới này sẽ phải thần phục Thiên triều như đồng chí đã thần phục."

Hồ Tôn Hiến đáp: "Tôi biết việc mình phải làm."

Khi sứ giả vừa ra về, Hồ Tôn Hiến nhổ ra một búng máu, chửi: "Địt mẹ chúng mày."

12.

Hồ Tôn Hiến ném chai rượu vào tường. Tiếng thủy tinh vỡ sắc nhọn. Đạm Tiên dâng một chai rượu khác, Hồ Tôn Hiến tiếp tục ném vào tường. Khi Hồ Tôn Hiến mỏi tay, thẫn thờ... Đạm Tiên cởi quần áo cho Hồ Tôn Hiến và dìu ông vào phòng tắm. Nàng tắm cho Hồ Tôn Hiến như một người mẹ tắm cho con. Nàng hát nho nhỏ bài ru ca dao. Đạm Tiên biết, sau những cơn điên loạn, nước mắt và những bài hát ca dao sẽ làm cho tâm hồn Hồ Tôn Hiến bình an và biến ông thành một đứa bé ngoan ngoãn. Cuộc làm tình sau đó cũng chỉ kết thúc trên đỉnh cao khi Hồ Tôn Hiến đạt được cảm thức của một thứ tình mẫu tử. Đạm Tiên phục vụ Hồ Tôn Hiến như một nô tì và ban phát dục tình như một nữ chúa. Hồ Tôn Hiến không mưu cầu thuật trường sinh bất lão nơi các cô gái trẻ, ông ta cần an nghỉ với một người giàu trải nghiệm.

Tuy không am tường về chính trị, nhưng Đạm Tiên biết nỗi cô đơn của Hồ Tôn Hiến. Cái chỗ dựa lưng tưởng vững chắc của Hồ Tôn Hiến là Gia Tĩnh thật ra lại là mối lo ngại lớn nhất, bởi vì bất cứ lúc nào Gia Tĩnh cũng có thể thay ngựa giữa dòng. Và lại dựa vào Gia Tĩnh, Hồ Tôn Hiến phải trả cái giá rất đắt, một là mất tính chính nghĩa, hai là sẽ bị cái đám "không phải ta, không phải địch" tẩy chay. Bọn thù địch tất nhiên một mất một còn, nhưng dẫu sao vẫn là trực diện, có thể chiến đấu. Sợ nhất là các đồng chí đâm sau lưng. Bọn "tự diễn biến", "tự chuyển hóa" này càng lúc càng đông. Bọn cơ hội, phản bội thì không thiếu.

Đạm Tiên nói với Hồ Tôn Hiến: "Em biết anh thừa khả năng đối phó với quân thù, nhưng anh không thể đối phó với bọn âm binh. Anh không thể chiến đấu với cái anh không thấy."

Hồ Tôn Hiến nói: "Em có thể giúp gì cho anh?"

Đạm Tiên bảo: "Anh biết em là ma đúng không?"

Hồ Tôn Hiến đáp: "Biết."

Đạm Tiên bảo: "Chỉ có ma mới diệt được ma."

Hồ Tôn Hiến: "Anh hiểu."

Đạm Tiên nói: "Hãy xây cho em một cái am ở lưng chừng trời."

Hồ Tôn Hiến: "Cuộc chiến của anh ở trên mặt đất mà."

Đạm Tiên bảo: "Đúng. Ở lưng chừng trời, em canh giữ mặt đất cho anh. Cả ma quỉ và thần thánh sẽ nằm trong tầm kiểm soát của em. Em án ngữ mọi liên kết móc nối. Không một tổ chức đối lập nào có thể hình thành khi em ở lưng chừng trời. Em sẽ chia rẽ phân hóa mọi thành phần. Em sẽ làm cho mọi thứ nát như tương. Làm cho mọi ý chí và hình ảnh trở nên nhơ nhớp..."

Hồ Tôn Hiến nói: "OK. Một cái am hoành tráng giữa lưng chừng trời. Em muốn ở Yên Tử, Phú Thọ hay Bảy Núi?"

Đạm Tiên: "Am thờ em là trái núi thứ tám ở Châu Đốc cuối trời phiêu lãng."

Hồ Tôn Hiến bảo: "Nhất trí. Trong vòng một năm sẽ hoàn thành ước nguyện cho em."

Đạm Tiên dặn: "Đây là vấn đề phong thủy địa lý có tính quyết định đối với sinh mạng và sự nghiệp của anh, vì thế hãy hình dung nó là một tổ nhện hay lưới trời cũng được."

Hồ Tôn Hiến rất tâm đắc: "Anh hiểu. Mẻ lưới ở cuối trời

tuyệt địa."

Ngay hôm sau, một kiến trúc sư và một thày phong thủy được triệu tập. Chưa đầy một năm, công trình xây dựng nhà thờ Đạm Tiên hoàn thành. Đó là một tổ nhện được nối bằng cáp từ đỉnh bảy ngọn núi ở Châu Đốc treo một cái am khổng lồ hình con nhện chúa giữa lưng chừng trời. Lễ khánh thành được tổ chức vào ban đêm, đích thân Hồ Tôn Hiến và ông thày cúng thỉnh từ núi Sam đến dâng hương. Họ khấn vái những gì chỉ có Đạm Tiên biết.

Cũng từ đó, Đạm Tiên vĩnh viễn rời bỏ ngôi mộ hoang rầu rầu ngọn cỏ, về ngự trong am con nhện giữa Thất Sơn huyền bí.

Đạm Tiên đưa cho Nguyễn tờ giấy ở dạng tro than và bảo chàng đọc.

-Lịch sử là hư cấu và được hư cấu theo một logic mang tính lý thuyết. Đối với Hồ Tôn Hiến và thời đại của ông ta chỉ có một thứ logic duy nhất là ta nhất định thắng, địch nhất định thua. Và cái lý thuyết của nó tất nhiên cũng là chính nghĩa thuộc về ta bất kể nó như thế nào.

-Khi chính trị và văn học nghệ thuật ăn cánh với nhau, con người bị giết chết.

-Trong các chế độ độc tài, văn nghệ sĩ chính thống là kẻ đồng lõa với tội ác.

-Hư vô hóa cuộc sống cũng chỉ là cách trốn trách nhiệm.

Nguyễn hỏi: "Của ai vậy?"

Đạm Tiên bảo: "Của nhân dân đấy."

Nguyễn nói: "Cứt đái."

Đạm Tiên ra vẻ nghiêm trọng: "Trước sự thống khổ của con người, nhà văn không thể là kẻ vô tội."

Nguyễn nói: "Cứt đái hết."

Đạm Tiên cười sằng sặc.

13.

Sở Khanh con nhà nòi đẹp trai, được xếp vào loại "người đương thời" mẫu mã chính thống, tài năng và thành đạt của báo chí lá cải. Để tả Sở Khanh có thể nói một cách đặc trưng, hắn giống đại gia và cũng giống quan quyền. Phổ thông và ba hoa. Văn nghệ sĩ các loại phục tùng hắn vì hắn là biểu tượng của khát vọng chinh phục.

Sở Khanh tâu với Hồ Tôn Hiến: "Văn nghệ sĩ và các loại tương cận đều rất háo danh, để sai khiến được bọn này cần ban tặng cho chúng các chức danh này nọ. Vì các chức danh, chúng sẽ như lũ thiêu thân."

Hồ Tôn Hiến bảo: "Được. Ta biết sức mạnh của các nghệ sĩ. Đồng chí rất thâm sâu. Ta sẽ ban cho chúng mọi tước vị cao cả."

Sở Khanh tâu tiếp: "Văn nghệ sĩ và các loại tương cận cũng đều rất thích được sai khiến, xin hãy giao việc cho chúng vì chúng sẽ tưởng đấy là nghĩa lớn."

Hồ Tôn Hiến bảo: "Được. Hãy tập hợp chúng lại dưới ngọn cờ vinh quang của ta."

Sở Khanh trở thành Hội trưởng của Hội Văn nghệ sĩ và các loại tương cận.

Nhiệm vụ của Hội là lừa tình toàn thể bầy cừu. Nhưng làm gì thì cũng cần phải lo cho bản thân trước. Cơ hội không phải lúc nào cũng có. Vì thế, Sở Khanh lừa ngay bọn háo danh muốn trở thành văn nghệ sĩ cung đình. Chúng sẵn sàng cống nạp cho Sở Khanh tất cả mọi thứ kể cả vợ con.

Quả thật cao cả đáng kính khi người ta trở thành lực lượng dẫn dắt dư luận và tạo khuôn mẫu cho toàn xã hội. Càng cao cả đáng kính hơn khi môi trường hoạt động của nó cũng là một quan trường. Vì thế, chẳng có lý do gì Sở Khanh lại không trở thành nghệ sĩ nguyên soái khi các nghệ sĩ dưới trướng hắn là nghệ sĩ công huân, nghệ sĩ nhân dân, nghệ sĩ ưu tú, hay nghệ sĩ bá tước, nghệ sĩ nam tước, nghệ sĩ tử tước các loại... Nhưng cuộc đời vốn tréo ngoe khốn nạn, lại càng tréo ngoe khốn nạn hơn với Sở Khanh khi gã lừa tình của mọi thời đại này bỗng trở nên bất lực giữa lúc sự nghiệp huy hoàng nhất. Các cao thủ làng chơi như Đạm Tiên, Mã Kiều Nhi hay Vương Thúy Kiều dù đã diễn hết nghề vẫn không làm cho cặc Sở Khanh cứng và xuất tinh được. Sở Khanh mô tả trường hợp của mình là "bi kịch nghề nghiệp".

Vương Thúy Kiều hỏi Nguyễn: "Anh có cách gỡ rối cho Sở Khanh không?"

Nguyễn bảo: "Cứ để cho nó khí tồn tại não, để nó hiểu cái ẩn ức của nhân dân."

Thúy Kiều nói: "Vấn đề là em không muốn tổn hại thanh danh, uy tín nghề nghiệp của mình."

Nguyễn bảo: "Oan ức cho em thật. Hãy bảo nó khi ngủ với em thì cứ tưởng tượng là ngủ với cả nhân dân, nó sẽ sướng thôi."

Vương Thúy Kiều kể lại với Sở Khanh, hắn cười khinh bỉ: "Mả mẹ mấy thằng nhà văn dốt nát, hợm hĩnh. Đã là nghệ sĩ nguyên soái thì không đụ toàn thể nhân dân mà lại đụ cái con mẹ già của nó à."

Vương Thúy Kiều bảo: "Không, đấy chỉ là một cách nói thôi."

Sở Khanh nói: "Cô còn dạy khôn tôi à? Những cơn lên đồng tập thể mê cuồng của quần chúng không phải là do tôi tạo nên sao? Tôi cũng biết sướng y như khi tôi làm tình với cô. Chẳng những thế, tôi cũng còn biết tổng hòa chúng lại theo kiểu 2 trong 1. Nói chung, nghệ thuật thì không thiếu, vấn đề còn lại vẫn là năng lực bản thân. Nhưng tôi có cảm giác đây là vấn nạn của cái gọi là lỗi hệ thống."

Vương Thúy Kiều cười: "Anh thiếu sự đồng thuận của quần chúng."

Sở Khanh cũng cười: "Cưỡng hiếp cũng có cái sướng của nó. Tuy nhiên, như thế không xứng danh Sở Khanh."

Vương Thúy Kiều nhìn Sở Khanh chằm chằm. Nàng nhớ đến lúc gặp Sở Khanh lần đầu ở lầu Ngưng Bích và đã gửi số phận mình cho hắn với niềm hy vọng được giải phóng. Vẫn là con người chải chuốt quen thuộc đó, nhưng hắn bao giờ cũng xa lạ với nàng. Cái khác biệt về bản chất có lẽ đã làm cho Kiều thất bại trong việc làm tình với hắn. Nhưng nàng cũng nhận ra mình chưa bao giờ thoát được tay hắn. Chưa bao giờ nàng tự do.

Không chỉ Thúy Kiều hay bọn văn nhân háo danh, mà ngay cả những trí thức lịch lãm nhất cũng mắc lừa Sở Khanh. Nguyễn bảo đấy là hội chứng tả khuynh của thời đại và chàng cũng không tránh khỏi sa vào lưới của nó. Nhưng một trong những người đã khai sinh ra thể chế lừa lọc đó, Thúc Sinh lại bảo, sự tật nguyền và mê muội của xã hội loài người mang tính nội tại và tất yếu. Người ta bị lừa không phải vì ngu mà chỉ vì không dám sống khác.

Khi trở lại lầu Ngưng Bích nhìn sóng biển vỗ bờ, tâm trạng của Thúy Kiều lại bồi hồi và nàng biết mình vẫn chờ đợi một cơ hội để giải thoát. Nhưng giải thoát để về đâu, nàng không hề nghĩ tới.

Thúc Sinh nói: "Tôi yêu Thúy Kiều không phải vì cô ấy tin người, mà bởi cô ấy luôn hy vọng."

Nguyễn nói: "Hy vọng là nhược điểm lớn nhất của con người. Nó làm cho người ta trở nên tội nghiệp và bị lợi dụng."

Thúc Sinh nói: "Nhưng sự hy vọng cũng làm cho con người trở thành người nhất. Tôi muốn gửi gắm Thúy Kiều cho anh."

Nguyễn bảo: "Tôi chẳng làm gì được ngoài việc biến cô ấy thành thiên cổ."

Thúc Sinh nói: "Thật ra, anh có thể làm được nhiều hơn thế."

Nguyễn bảo: "Trong thể chế này, nhà văn chỉ có thể là cái loa cho bọn thống trị."

Thúc Sinh nói: "Đã đến lúc anh có thể là cái loa cho chính anh và cho những người như Thúy Kiều."

Nguyễn bảo: "Tôi không tin."

Thúc Sinh nói: "Tôi không bảo kê được cho anh. Nhưng anh cứ làm thì anh sẽ tin. Hơn nữa, anh cũng sẽ thấy Từ Hải xuất hiện trở lại với đúng vai trò của mình."

Nguyễn hỏi: "Một kịch bản mới cho tình hình mới?"

Thúc Sinh: "Anh hiểu như thế cũng được. Nhưng anh không được quên điều này: Lịch sử luôn lặp lại nhưng lịch sử cũng luôn đi tới."

14.

Từ Hải dằn ly rượu xuống, nói: "Cuộc sống đã trở nên không chịu nổi. Tất cả những gì ông Hồ Chí Minh lên án chế độ thực dân đang lập lại ở mức độ kinh tởm hơn nhiều lần."

Nguyễn bảo: "Bây giờ ông mới thấy sao?"

Từ Hải: "Trước đây tôi vẫn cho rằng đó chỉ là hiện tượng của thời kỳ quá độ. Nhưng với thời gian, những cái xấu xa và tình trạng không thể sửa chữa của nó đã minh chứng rằng đó là bản chất."

Nguyễn cười: "Anh sẽ làm gì?"

Từ Hải không cần rào đón: "Không có cách nào khác ngoài việc thay đổi nó."

Nguyễn vẫn cười: "Bằng cái gì và như thế nào?"

Từ Hải nhìn thẳng vào mặt Nguyễn: "Đó là việc của ông và những trí thức như ông."

Nguyễn không cười được nữa, chàng cầm ly rượu lên soi qua ánh nắng, rồi đặt ly xuống mà không uống. Nguyễn không thể tự cho phép mình bỏ qua cái gánh nặng mà Từ Hải vừa quăng cho chàng.

Nguyễn và những trí thức như chàng đã làm gì trước hiện thực cuộc sống và lịch sử?

Cúi đầu và im lặng. Người ta vẫn sống như trách nhiệm thuộc về người khác.

Từ Hải vỗ vai Nguyễn: "Tôi cần ông."

Nguyễn im lặng một lúc rồi nói: "Tôi không phải Cao Bá Quát."

Từ Hải cười lớn: "Tôi không cần quân sư quạt mo. Ông là nhà văn, điều tôi muốn là ông hãy sống và viết như một nhà văn. Nếu tất cả các nhà văn đều sống và viết như một nhà văn thì có lẽ đất nước này đã khác."

Nguyễn nói: "Tôi hiểu. Chúng ta cần sự thức tỉnh của mọi công dân và một áp lực xã hội đủ mạnh buộc chế độ phải thay đổi."

Đạm Tiên bảo: "Các bác hơi bị lạc quan quá. Âm phủ càng ngày càng đông."

Từ Hải nói: "Những xác chết cũng cần lên tiếng."

Đạm Tiên bảo: "Họ đã lên tiếng bằng cách không nhắm mắt."

Khi nhà văn tự đặt mình dưới sự lãnh đạo của đảng cầm quyền và trở thành bồi bút cho bọn thống trị, họ đánh mất nhân cách. Tự xóa bỏ cái đa nguyên của tư tưởng và đặt gông cùm ý thức hệ lên vai mình, họ xóa trắng bản thân.

Từ Hải nói: "Họ cũng cần sám hối."

Đạm Tiên bảo: "Họ đã sám hối bằng sự vô ích của mình."

Từ Hải nói: "Họ cần hành động để chuộc tội bởi ngay cả sự im lặng cũng có tội."

Đạm Tiên bảo: "Không một ai còn khả năng hành động."

Nguyễn hồi hướng tự ngã nhưng đồng thời cũng muốn giết Vương Thúy Kiều, như thế chỉ có giết Thúy Kiều chàng mới tìm lại được mình.

Thúy Kiều không phải nguyên nhân hay biểu tượng cho sự tha hóa của chàng, hoặc bất cứ thứ gì tương tự như thế, nhưng chàng cảm thấy một nhu cầu ngày càng lớn phải giết Thúy Kiều như cái nhất thiết của sự tồn sinh nơi chàng. Chàng muốn giết Thúy Kiều một cách tuyệt đối. Bởi thế, khi gặp bất cứ trang sách nào có tên Vương Thúy Kiều, Nguyễn đều xé nát. Chàng biết việc ấy là trẻ con, nhưng vẫn cứ làm. Tuy nhiên, mỗi khi gặp mặt Thúy Kiều, chàng lại không biết phải hành động như thế nào, bởi vì chàng không thực sự thù ghét nàng. Nguyễn vừa muốn bóp cổ nàng, vừa muốn đụ nàng. Và chàng nghĩ mình sẽ đụ nàng như đụ một con đĩ, nhưng chàng đã đụ nàng như một khát vọng thánh hóa và vô độ của mình. Nguyễn muốn cầm dao đâm nàng, nhưng chàng đã hôn vào những vết thương tưởng tượng ấy. Nguyễn muốn treo cổ nàng, nhưng rồi chàng đã làm tình với cái xác chết khô queo ấy qua ngày này tháng nọ. Và chàng khám phá ra mình đã chỉ yêu những xác chết. Điều này lại càng khiến chàng muốn giết Thúy Kiều.

Nguyễn nói với Thúy Kiều: "Em hãy nhắm mắt lại và làm một xác chết."

Nhưng Thúy Kiều nói: "Làm sao em có thể bất động trong lúc cả linh hồn và thể xác đều sướng cuồng sướng dại?"

Nguyễn nói: "Cho dù em có hòa nhịp cộng hưởng xoắn xuýt đến đâu, nó vẫn mang lại một cảm xúc trái ngược. Sự toàn mãn nơi anh phải là nguyên thể không san sẻ."

Thúy Kiều bảo: "Vậy thì hãy cho em uống rượu với thuốc ngủ. Em sẽ là một xác chết cho anh muốn làm gì thì làm."

Và Thúy Kiều đã uống rượu vang với năm viên thuốc ngủ. Nàng chỉ thích rượu vang. Thúy Kiều nói: "Em cho anh ba ngày ba đêm để cực lạc, viên mãn và tự do. Nếu anh muốn cho em chết, cũng chẳng sao. Em không oán trách".

Trước khi đi sâu vào giấc ngủ, Thúy Kiều đã ôm hôn Nguyễn.

Nguyễn để Thúy Kiều trần truồng nằm trên sàn gỗ. Chàng cắm những ngọn nến viên quanh thân thể nàng. Rồi chàng cúi lạy nàng như cách người ta lạy vái người chết. Lạy mãi. Khi những ngọn nến cháy hết, chàng lật úp nàng lại, banh chân ra và chàng đút một cây nến mới vào lỗ đít nàng, thắp sáng suốt ba ngày đêm.

Thúy Kiều không chết. Nhưng từ đó Thúy Kiều không bao giờ ị nữa. Và giống như con Tỳ Hưu, nàng trở thành thần linh phong thủy cho tất cả những ai mưu cầu danh tiếng và sự phong lưu, thanh lịch.

Tranh, tượng Thúy Kiều được các nghệ nhân, nghệ sĩ các loại chế tác đủ kiểu để phục vụ thị trường mê tín và nghệ thuật. Tất cả những ai phỉ báng Thúy Kiều đều bị xã hội lên án như kẻ đánh mất truyền thống và niềm tự hào dân tộc.

Người thông suốt âm dương, Đạm Tiên bảo: "Bản chất và cứu cánh của sự tồn tại trong xã hội loài người chỉ là huyền thoại".

Nắm bắt được nguyên lý ấy, Sở Khanh không những đã tạo ra vô số những huyền thoại cho ông chủ của mình là Hồ Tôn Hiến, mà còn tư vấn cho chính Hồ Tôn Hiến tự sáng chế những huyền thoại về mình trong những trước tác thuộc loại phổ cập học làm người. Nhờ thế, sau này Hồ Tôn Hiến cũng đã được tôn thờ trong các đình làng.

Người túc trí đa mưu, Thúc Sinh chỉ cười.

Vào thời điểm này, Kim Trọng đang giữ chức Án sát Nam Đô. Tuy trông coi việc hình, trật tự trị an nhưng với tinh thần "còn Hồ Tôn Hiến, còn mình", Kim Trọng đã lạm quyền kiểm soát cả việc học tập theo gương Hồ Tôn Hiến của nhân dân. Người được coi là có bản lĩnh chính trị vững vàng phải luôn luôn biết lập lại cấp trên một cách tuyệt đối và sự trung thành ấy trở thành chuẩn mực cho sự khả tín của công dân. Tất cả những người có tư duy độc lập và chính kiến khác biệt đều bị qui kết là "thế lực thù địch và phản động". Số phận của họ nằm trên thớt.

Tuy nhiên, trong chỗ riêng tư, Kim Trọng chỉ tôn thờ một

Thúy Kiều. Ông muốn thỉnh một chân dung Thúy Kiều về yểm trong nhà như biểu tượng cho sự chân thực của mình về tính người, nhưng Thúy Vân phản đối, người đàn bà mẫu mực ấy bảo: "Em không muốn con gái em tiến thân theo cách ấy".

Thúc Sinh bí mật gặp Kim Trọng, nói: "Ông là người nắm rõ thái độ chính trị của tất cả mọi người. Ai là kẻ cơ hội. Ai là kẻ bất mãn. Ai là người lý tưởng. Vì thế, tôi nhờ ông chuẩn bị cho một danh sách các nhân vật mà ta có thể sử dụng được cho một tổ chức đối lập trong tương lai, kể cả ông. Tôi cũng nhờ ông chuẩn bị một kịch bản cho sự xuất hiện của họ một cách công khai."

Kim Trọng e dè bảo: "Chúng ta không chia sẻ quyền lực. Quyền lãnh đạo của chúng ta là tuyệt đối."

Thúc Sinh nói: "Vẫn biết thế. Nhưng tình hình mới buộc chúng ta phải có kế sách, tránh một cuộc lật đổ đẫm máu."

Kim Trọng tỏ ra hoài nghi, ông nói: "Chúng ta vẫn vững vàng và tôi tuyệt đối trung thành với đồng chí đại ca Hồ Tôn Hiến, cho nên tôi chỉ có thể gửi ông bản danh sách các nhân vật mà ông cần. Còn cái kịch bản gì đó thì xin phép ông cho tôi đứng ngoài."

Thúc Sinh nói: "Ông cần một xác nhận từ Hồ Tôn Hiến?"

Kim Trọng bảo: "Tôi không dám đòi hỏi. Nhưng tôi sẵn sàng tuân lệnh cấp trên."

Thúc Sinh nói: "Ông sẽ nhận được điều ông muốn."

Kim Trọng bảo: "Tôi không tin bọn trí thức."

Thúc Sinh nói: "Đúng. Nhưng chúng ta có thể sử dụng chúng, vì bởi bọn chúng lúc nào cũng chỉ mong muốn được người khác sử dụng. Bọn chúng cần một vai trò và chúng ta sẽ cho chúng tham gia cái trò chơi lịch sử này."

Kim Trọng: "Tôi e ngại tình thế có thể vượt khỏi tầm kiểm soát của chúng ta."

Thúc Sinh: "Đấy là nhiệm vụ của ông. Hồ Tôn Hiến tin ông."

Kim Trọng: "Không sợ tôi cướp cờ à?"
Thúc Sinh: "Đấy không phải là tính cách của ông."

15.

Nguyễn không ngạc nhiên khi thấy Từ Hải bất ngờ tung ra những tác phẩm mang tính sám hối về sự đầu hàng của mình với Hồ Tôn Hiến trước kia. Chàng nói: "Ông cũng muốn đặt một viên gạch giữ chỗ cho tương lai ư?"

Từ Hải đáp: "Tôi không chỉ giữ chỗ đặt cọc vào tương lai mà tôi đang bước vào tương lai bằng đôi chân của mình."

Nguyễn cười: "Hóa ra, trước đây ông vẫn đi bằng chân của người khác?"

Từ Hải cũng cười: "Quả thật, nhìn lại thấy vừa buồn cười, vừa muốn khóc. Có lẽ chẳng riêng gì tôi hay ông, mà tất cả, phải, tất cả, chúng ta đều đi bằng đôi chân giả do bọn thống trị áp đặt."

Nguyễn nói: "Điều gì đã tạo ra sự tùng phục ngu muội tập thể đó?"

Từ Hải bình thản: "Thì cũng như sự đầu hàng của tôi khi xưa thôi."

Trên sông Tiền Đường bình lặng, Thúy Kiều ngồi ở đầu thuyền gởi khúc mệnh bạc vào thiên cổ. Nàng đã vứt vào sọt rác những con cu thối và trở về. Trong ánh sáng khai nguyên của các thần linh, âm hộ nàng trong suốt. Và reo vui. Không phải vì trái tim nàng đã được lau chùi bằng nước mắt và tóc. Không phải vì sự đền đáp của hư vô. Nàng vui vì non tơ xanh rợn chân trời (của lông). Không có máu. Không có nước nhờn và trứng. Không có bất cứ điều gì. Nhưng bởi vì âm hộ nàng trong suốt, nó phản chiếu bầu trời ráng đỏ, những đám mây hình thù cổ quái và một ngọn gió vừa lướt qua mang theo hơi thở của muôn vàn sinh linh. Tởm lợm. Và bởi vì âm hộ nàng trong suốt, tất cả thế giới được nhìn thấy. Những người đàn ông đi lộn ngược. Và bóng họ khuất sau một khe nước. Thúy Kiều nói: "Con người đang say ngủ". Không một ai nghe tiếng nàng. Chỉ có âm hộ nàng rung động. Nước sông Tiền Đường mênh mang và thấu hiểu nhưng nước sông Tiền Đường không đủ rửa lành những vết thương. Hai bàn chân nàng lạnh. Âm hộ nàng cũng đã ở trong nước và dường như tan biến. Nàng tự hỏi: "Phải chăng đây là cuộc hạnh ngộ cuối cùng?" Không, âm hộ nàng vẫn trong suốt và nó chứa một dòng sông đầy. Nàng thích thú với những con cá bơi ra - vào. Nàng bảo: "Thật là vô tội". Khi những con cá cũng trở nên trong suốt như âm hộ nàng, chúng sinh sôi nảy nở nhanh chóng và bơi lội tung tăng cả trên bầu trời ráng đỏ. Bơi vào trong những đám mây cổ quái và tạo ra sấm chớp. Chúa lòng lành vô cùng, người bảo: "Hãy trở về". Nhưng sãi Giác Duyên thì hoang mang. Bà ôm lấy Thúy Kiều và đem lên bờ. Âm hộ nàng đen trở lại. Lóng lánh như kim cương.

Chung quanh sặc mùi con cu thối.

Nguyễn hỏi: "Ông muốn giữ lại Thúy Kiều?"

Từ Hải đáp: "Có lẽ thế."

Nguyễn nói: "Cô ấy cũng có đôi chân của cô ấy."

Từ Hải: "Tôi không chặt chân của cô ấy."

Nguyễn nói: "Thúy Kiều cần được giải phóng khỏi ông hay bất cứ một người đàn ông nào khác."

Từ Hải: "Tôi chính là người giải phóng cô ấy."

Nguyễn nói: "Xin lỗi, ông cũng là một người đàn ông. Vì thế, trong trường hợp này, Thúy Kiều cũng chỉ là từ tay một đàn ông này đến tay một đàn ông khác."

Từ Hải cười lớn: "Thúy Kiều thì vẫn phải là Thúy Kiều thôi. Tôi để cho cô ấy quyết định."

Nhưng Thúy Kiều không quyết định, nàng để cho số phận đưa đẩy.

Thật ra, ngay cả bản thân Từ Hải cũng chẳng tự quyết định được điều gì. Trào lưu nhân bản và dân chủ dội vào hắn như đứng giữa dòng thác, buộc hắn phản ứng để tồn tại. Không phải vì dũng cảm hơn mà nhìn thấy sự thật, xấu hổ trước sự thật bởi sự thật được bóc trần, phơi bày. Hoặc người ta cố tình mù, hoặc phải liêm sỉ. Sức mạnh mới của thông tin truyền thông thời kỳ toàn cầu hóa đặt con người vào những lựa chọn minh bạch. Bộ máy cai trị mất quyền kiểm soát khi thông tin không còn là một đặc quyền. Bản chất phi đạo đức và phi chính trị của khoa học kỹ thuật với những thành tựu mới vô tình cung cấp cho con người cái quyền năng trở thành đạo đức và chính trị hơn bao giờ hết. Quyền tiếp thu và bày tỏ không giới hạn.

Thúy Kiều nói: "Dù sao em vẫn cần anh Từ Hải, ít nhất cho đến khi mọi người không còn coi em là đĩ."

Nguyễn bảo: "Để có thể sống như một người tự do, cần vượt ra khỏi những thành kiến, quán tính."

Ngồi trong am con nhện với Đạm Tiên, Mã Kiều Nhi nhìn hóa thân của mình là Vương Thúy Kiều trong vòng tay Từ Hải, nói: "Khi xưa, cũng có lúc tao tin Từ Hải và sống với hắn như một ân huệ giải thoát. Hắn cho tao cơ hội để phục thù. Nhưng rồi tao nhận ra, tao mới là kẻ giải phóng hắn. Cho đến ngày bỏ đi, chưa bao giờ tao là tì thiếp của hắn hay hắn là ông chủ tao. Trong thực tế, hắn vẫn chỉ là thằng chơi đĩ. Còn tao, tất nhiên vẫn là gái đĩ, tự do."

Đạm Tiên bảo: "Điều đó làm cho mày trở thành bất hủ."

Bất chợt, Hồ Tôn Hiến đến. Đạm Tiên vội ngồi lên ban thờ. Mã Kiều Nhi làm người giữ am, nàng đưa mấy cây nhang cho Hồ Tôn Hiến. Ông ta chắp tay khấn vái. Mã Kiều Nhi không nghe được ông ta nói gì. Nàng mời ông ta ngồi.

Mã Kiều Nhi hỏi: "Ngài dùng chi ạ? Trà hay rượu?"

Hồ Tôn Hiến bảo: "Đặc sản Bảy Núi."

Mã Kiều Nhi mang đến cho ông ta một ly nước thốt nốt ướp lạnh. Đạm Tiên bước xuống nói chuyện với ông ta.

Hồ Tôn Hiến chỉ Mã Kiều Nhi hỏi: "Cô này là ai?"

Đạm Tiên nói: "Không phải nữ tì đâu. Nếu ông muốn, cô ấy sẽ phục vụ ông."

Hồ Tôn Hiến bảo: "Tôi thấy quen."

Đạm Tiên nói: "Phải, rất quen. Chính ông đã bán cô ấy cho thổ quan ở đây sau khi giết Từ Hải."

Hồ Tôn Hiến đính chính: "Cô nói sai rồi. Tôi không giết ai cả."

Đạm Tiên bảo: "Chuyện ấy không thành vấn đề nữa. Cô gái này là Mã Kiều Nhi, tổ mẫu của Thúy Kiều đoạn trường tân thanh. Ông thử cho biết nhé."

Hồ Tôn Hiến nói: "Không, cám ơn. Cô biết tôi là người thế nào."

Đạm Tiên bảo: "Cô ấy sẽ khóc, nếu ông không đoái hoài."

Hồ Tôn Hiến cười. Đạm Tiên cũng cười, nàng hỏi: "Ông cần gì?"

Hồ Tôn Hiến nói: "Tôi muốn biết bọn thế lực thù địch đang âm mưu gì?"

Đạm Tiên nói: "Cái đó ông phải hỏi bọn an ninh tình báo của ông chứ?"

Hồ Tôn Hiến nói: "Tôi không tin ai."

Đạm Tiên diễu cợt: "Ông cảm thấy bất an à?"

Hồ Tôn Hiến đáp: "Đúng. Tôi phải làm gì?"

Đạm Tiên bảo: "Tôi sẽ vào trong núi nhờ sư phụ giải oan làm lễ độ trì cho ông. Tôi cho rằng ông đã đúng khi không tin ai. Nhưng muốn thân tâm an lạc, ông phải tin con người. Điều đó thì không thể đối với ông, phải không? Vì vậy tôi khuyên ông chuyện gì cũng phải đi tới cùng. Quyền lực cần tuyệt đối."

Hồ Tôn Hiến hỏi: "Tôi phải giết ai?"

Đạm Tiên đáp: "Một con kiến cũng không nên sát hại, tuy nhiên, mọi chướng ngại ông cần phải dẹp bỏ."

Trước khi ra về, Hồ Tôn Hiến để lại một phong bì đầy tiền Mỹ.

Một chiến dịch bôi nhọ hạ nhục được Sở Khanh cho thi hành với từng đối thủ của Hồ Tôn Hiến. Từ những hành vi hạ cấp như ném cứt, ném đá vào nhà cho đến chụp mũ chính trị phản động. Những kế hoạch bắt bớ cũng được Thúc Sinh và Kim Trọng phối hợp thực hiện bất chấp dư luận.

Thần Bạch Mi nói với Thúy Kiều: "Bắt phong trần phải phong trần, cho thanh cao mới được phần thanh cao."

Thúy Kiều cúi đầu phụng mệnh. Nàng thưa: "Xin cho con được phong trần chỗ cung đình và thanh cao nơi ngõ hẻm."

Từ đấy, Thúy Kiều chỉ đi khách với nhà quyền quí.

Tuy nhiên, Thúy Kiều không bao giờ biết, tất cả những vụ đi khách của nàng đều được quay phim và lưu trữ trong tàng thư mật thất của Sở Khanh.

Nguyễn hỏi Đạm Tiên: "Em có đọc những tác phẩm sau này của Từ Hải không?"

Đạm Tiên nói: "Văn chương cỡ Từ Hải thì không nên mất

thì giờ, cho dù đó là văn chương sám hối hay phản kháng, bởi vì Từ Hải không bao giờ cởi được cái áo cán bộ."

Nguyễn cười hỏi người cõi âm: "Văn chương đến từ đâu?"

Đạm Tiên đưa hai ngón tay làm dấu cái lá bảo: "Nôn."

Trong tận đáy lòng, Nguyễn muốn quì xuống, cúi đầu lạy âm hộ Đạm Tiên.

Người cõi âm hỏi Nguyễn: "Viết để làm gì?"

Nguyễn bảo: "Tự sướng."

Người cõi âm nói: "Thế thì đừng viết nữa."

Nguyễn hỏi: "Làm sao sướng?"

Người cõi âm bảo: "Làm tình với em."

Nguyễn nói: "Làm tình với em thì khác gì thủ dâm?!"

Người cõi âm bảo: "Nếu anh không có khả năng tư duy siêu hình, hành động siêu hình thì anh cũng sẽ không có khả năng sáng tạo."

16.

Cù nhầy là hành động cù cưa và trạng thái của nó là nhầy nhụa, hiện thực của nó là vũng lầy. Hồ Tôn Hiến, Thúc Sinh, Sở Khanh, Kim Trọng và cả Từ Hải đều rơi trong vũng lầy. Không thể khác. Càng cố thủ, vũng lầy càng nhầy nhụa.

Không thể khác.

Hồ Tôn Hiến bảo Thúc Sinh: "Ông chuẩn bị cho tôi một nghị quyết về việc vượt qua vũng lầy, củng cố quyền lãnh đạo của chúng ta."

Thúc Sinh hỏi: "Cái này theo mẫu của Trung Quốc hay Bắc Hàn?"

Hồ Tôn Hiến nói: "Xét tình hình thực tế hiện nay thì ta nên làm theo mẫu Bắc Hàn."

Thúc Sinh biết không có cách nào vượt được qua vũng lầy bởi bản chất sự tồn tại của họ là vũng lầy, nhưng ông ta vẫn gặp Sở Khanh, bảo: "Cậu văn hay chữ đẹp, soạn cho lãnh tụ cái nghị quyết vượt qua vũng lầy, củng cố vai trò lãnh đạo của chúng ta."

Sở Khanh biết mọi vấn đề chỉ là xảo ngôn, nhưng anh ta

không thể tự xảo ngôn với mình, nên gặp Kim Trọng bảo: "Ông là người được đào tạo bài bản, ông soạn cho lãnh tụ cái nghị quyết vượt qua vũng lầy, củng cố vai trò lãnh đạo của chúng ta."

Kim Trọng biết vũng lầy chính là nơi trú ẩn của mình, vì thế ông ta không muốn thay đổi qua lỗ cống, nên gặp Từ Hải bảo: "Anh là người anh hùng, chỉ có anh mới có thể giúp lãnh tụ vượt qua vũng lầy, củng cố vai trò lãnh đạo của chúng ta."

Từ Hải biết mình chỉ là kẻ hữu dũng vô mưu, nên gặp Đạm Tiên bảo: "Em là người cõi trên, chỉ có em mới có thể giúp lãnh tụ vượt qua vũng lầy, củng cố vai trò lãnh đạo của chúng ta."

Đạm Tiên nói: "Chuyện nhỏ."

Ngày lành tháng tốt, giờ đại phúc, tại am con nhện giữa lưng chừng Bảy Núi, Hồ Tôn Hiến, Thúc Sinh, Sở Khanh, Kim Trọng và Từ Hải đều có mặt. Họ dâng cúng Đạm Tiên một bức tượng Linga lớn nhất Đông Nam Á.

Theo truyền thống, tượng Linga được đặt trên cái đế là Yoni. Nhưng tượng Linga dâng cúng cho Đạm Tiên không có đế, vì thế nó trở thành cái đế cho Yoni Đạm Tiên vì sự to lớn của nó. Nàng vẫn ngồi trên tượng Linga này trong tất cả mọi lúc rảnh rỗi. Đạm Tiên bảo: "Nó đâm thấu suốt em". Thế giới không vì thế đảo lộn, mà trật tự được vãn hồi theo một truyền thống khác. Sống, lao động và chiến đấu theo gương Đạm Tiên. Nhưng Đạm Tiên vốn là một nhân vật thất truyền, nên dân gian và Thanh Tâm Tài Nhân đã mượn Thúy Kiều làm người ủy thác cho niềm tin của mình về lẽ đạo và đời. Thúy Kiều trở thành đệ ngũ thần sau "Tứ bất tử": Tản Viên Sơn thần, Phù Đổng Thiên vương, Chử Đồng Tử, và Liễu Hạnh Công chúa.

Thành thần, Thúy Kiều an ủi và biện hộ cho mọi nỗi niềm của trần gian.

Nguyễn cầm cuốn "Truyện Thúy Kiều" bản do Bùi Kỷ và Trần Trọng Kim hiệu khảo (NXB Văn Hóa Thông Tin, 1999), lòng thành khẩn khấn vái:

"Lạy vua Từ Hải

Lạy vãi Giác Duyên

Lạy tiên Thúy Kiều

Tôi là kẻ khốn khổ khốn nạn

Xin một quẻ bói về tình duyên gia đạo"

Xong, chàng lật mở cuốn sách, được quẻ:

"Nợ tình chưa trả cho ai

Khối tình mang xuống tuyền đài chưa tan

Nỗi riêng, riêng những bàn hoàn

Dầu chong trắng đĩa, lệ tràn thấm khăn"

"Ai" là ai? Nguyễn gặp Mã Kiều Nhi hỏi: "Anh có nợ tình em không?"

Mã Kiều Nhi hỏi lại: "Hỏi chi vậy?"

Nguyễn đáp: "Để anh trả cho xong."

Mã Kiều Nhi lại hỏi: "Xong thì sao? Không xong thì sao?"

Nguyễn nói: "Xong thì anh lên đường. Không xong, anh cũng lên đường."

Mã Kiều Nhi bảo: "Vậy thì anh cứ lên đường cho nhanh."

Tại am con nhện của Đạm Tiên, Hồ Tôn Hiến cũng nhận được quẻ bói đó. Đạm Tiên bảo: "Theo ý nghĩa của những câu thơ này, ngài vẫn còn nợ nhân dân nhiều lắm. Vì thế, ngài chưa thể ra đi. Không ra đi thì phải làm gì? Đây chính là vấn đề của ngài. Để không phải khóc lóc trong ngày mai, ngay hôm nay ngài phải cho thi hành một kết ước giữa nhân dân và ngài."

Tri ân lời khuyên này, Hồ Tôn Hiến ký quyết định giao cho Đạm Tiên 5 ngàn mẫu đất với lý do thực hiện dự án đặc khu tâm linh dân tộc.

Một tháng sau, mỗi hộ gia đình nhận được một văn bản sau:

Xứ Cừu và Lừa

Nhân phẩm - Tự do

BẢN KẾT ƯỚC

1. Gia đình tôi xin tự nguyện đặt mình dưới sự lãnh đạo tuyệt đối của đấng chăn cừu (viết đủ chữ "tự nguyện"): ....
....

2. Trong bất kỳ trường hợp nào, gia đình tôi xin hứa trung thành với đấng chăn cừu (ghi rõ chữ "xin hứa"):...........................
....

Ngày........ tháng.......... năm.............

Người kết ước,

(ký và ghi rõ họ tên)

Gia đình nào không ký hoặc không nộp lại bản kết ước cho tổ dân phố sẽ bị phê bình trong buổi họp tổ và bị quy kết chống đối lãnh đạo. Theo luật hình sự, chống đối lãnh đạo đồng nghĩa với phá rối an ninh có thể bị phạt tù từ 5 năm đến 15 năm.

Thúc Sinh nhận được hợp đồng in ấn bản kết ước này và ông

ta bỏ túi gần 20 tỉ. Tuy nhiên, con số ấy chỉ là tiền vặt so với dự án đặc khu tâm linh dân tộc của Đạm Tiên. Nàng nhẩm tính ít nhất cũng hốt ở giai đoạn đầu, phần chia lô bán nền khoảng 40 ngàn tỉ. Chưa kể lợi nhuận sau này trong việc kinh doanh thần thánh.

Đạm Tiên khẳng định, kinh doanh thần thánh không bao giờ lỗ. Kế hoạch đầu tư của dự án khu du lịch tâm linh dân tộc gồm hai phần. Về cơ sở vật chất, nàng dành cho nó 1000 mẫu và sẽ xây một ngôi chùa to nhất thế giới.

Bên cạnh đó là một trung tâm cung cấp thầy cúng toàn cầu do ngành an ninh đào tạo.

Đạm Tiên bảo "Lạc Việt Đại Tự" của nàng sẽ thờ Phật Phụ Phật Mẫu Phổ Hiền Như Lai Vương, quốc tổ Hùng Vương và tiên Thúy Kiều.

Dự kiến mỗi năm, Lạc Việt Đại Tự sẽ thu hút một triệu khách du lịch. Vào cửa miễn phí, nhưng nhà chùa sẽ đặt thùng công đức từ cổng đến chính điện, hậu điện, toa-lét... phát ấn, phát xăm, cho lộc... tổng cộng dự thu mỗi năm 100 tỉ. Phần lẻ tẻ như bán nhang, bán hoa, nến... dành cho dân nghèo quanh vùng làm phúc.

Để xứng tầm văn hiến, trên mọi lối đi, mọi vách tường, mọi gốc cây trong Lạc Việt Đại Tự đều có lời thánh hiền bên cạnh lời hay ý đẹp do chính Đạm Tiên ứng tác.

Riêng thầy trụ trì, Đạm Tiên ngỏ ý mời Nguyễn với điều kiện chàng phải qua một khóa đào tạo của an ninh.

Đạm Tiên bảo: "Anh sẽ thu hoạch nhiều đấy, không kể phần cứng cho anh là 5% doanh thu."

Nguyễn nói: "Dù thế nào, anh cũng không dám rỡn mặt thần thánh. Em nên mời Giác Duyên thì phải đạo hơn."

Đạm Tiên bảo: "Giác Duyên, bên an ninh và Ban Tôn giáo chính phủ sẽ không duyệt. Bà này chân tu quá."

Nguyễn nói: "Em đừng quên người trụ trì cũng đóng một vai

trò quan trọng trong việc thu hút khách tham quan."

Đạm Tiên bảo: "Em biết thế nên mới mời anh. Còn không, bên an ninh thiếu gì người."

Nguyễn nói: "Cám ơn em. Để anh yên phận nghèo cho nó ra vẻ "nghệ sĩ triết gia giang hồ" tí. Quan chức và đại gia không phải tạng anh."

Đạm Tiên bảo: "Rởm. Nguyễn Du không từng là quan chức ư?"

Nguyễn nói: "Biết vậy. Có thể một ngày nào đó anh sẽ tu thật. Nhưng bây giờ không tu giả. Vả lại cũng không thể làm việc với an ninh được."

Mã Kiều Nhi nói với Nguyễn: "Thấy thiên hạ làm giàu sốt cả ruột."

Nguyễn bảo: "Em cứ bán trôn nuôi miệng cho lòng thanh thản. Bận tâm làm gì bọn ăn cướp, bọn lừa đảo."

Mã Kiều Nhi nói: "Em cũng muốn hưởng thụ mọi niềm vui của cuộc đời nữa chứ. Sướng cái lồn không thôi thì chưa đủ."

Nguyễn nói: "Anh không phản đối việc hưởng thụ. Nhưng để cho việc hưởng thụ được trọn vẹn thì không nên dẫm đạp người khác."

Mã Kiều Nhi cười nhạt: "Xin lỗi anh, chỉ có bọn bất tài mới nói chuyện đạo đức."

Nguyễn bảo: "Thật ra, anh không quan tâm đến vấn đề đạo đức. Anh chỉ nghĩ đến cái dũng khí thôi."

Mã Kiều Nhi nói: "Em hiểu. Bất lương và hèn hạ là một."

Nguyễn bảo: "Em có thể làm tăng giá trị tự thân của mình bằng một vài động tác PR đơn giản."

Mã Kiều Nhi: "Nâng giá đi khách?"

Nguyễn bảo: "Đúng. Em là một thứ hàng hiệu cao cấp. Đôi

khi cũng có thể bán giá bình dân để ban phát hạnh phúc cho nhân loại vào các dịp như lễ tết chẳng hạn."

Mã Kiều Nhi nói: "Em là Kama Sutra cũng là Karma Yoga. Cung hiến không phân biệt."

Nguyễn nói: "Đấy là phẩm chất tuyệt luân của em. Việc nâng giá không làm cho em mất tinh thần phụng vụ."

Mã Kiều Nhi nói: "Ok. Em hiểu. Em vẫn luôn chiều chuộng công bằng với tất cả những ai ham muốn em."

Nguyễn nói: "Và em vẫn có thể nhận được rất nhiều tiền một cách công minh chính trực nhất."

Mã Kiều Nhi: "Được. Anh bày cách cho em đi."

Nguyễn nói: "Em không cần phải làm gì, ngoài việc chấp nhận để anh công bố em là nhân vật văn học của anh."

Mã Kiều Nhi: "Hơi bị sang đấy nhỉ."

Nguyễn nói: "Không phải em mà chính bọn chơi em nó tìm được cái gọi là nhân văn để tự sướng."

Mã Kiều Nhi hỏi: "Em văng tục thì có nhân văn không?"

Nguyễn bảo: "Rất nhân văn. Thậm chí có mùi nhân nghĩa."

Mã Kiều Nhi: "Haha... Sao lại nhân nghĩa ở đây?"

Nguyễn bảo: "Vì điều ấy cứu văn cho phẩm cách của bọn chúng."

Mã Kiều Nhi cười: "Anh đếu. Em yêu anh."

17.

Mã Kiều Nhi trong tác phẩm của Nguyễn là một phụ nữ truyền thống phải bán mình chuộc cha theo sự dàn dựng của một kẻ cường quyền. Cũng chính kẻ cường quyền đã định đoạt số phận Mã Kiều Nhi với một tiền kiếp mù mờ Đạm Tiên và một hậu kiếp bi thương Thúy Kiều. Cái đã là, đang là và sẽ là của Mã Kiều Nhi chính danh chỉ là đĩ, phong kiến, tư bản hay vô sản cũng là đĩ, nàng đi trên mặt đất không quê hương, không bản quán, kẻ cường quyền chăn dắt nàng và cũng là khách của nàng, gặp phong kiến, tư bản nàng có chút tiền để khoe mẽ, gặp vô sản nàng bị chơi quỵt.

Nguyễn không tránh được cái khuynh hướng thời thượng giáo điều là phải vừa đậm đà bản sắc dân tộc vừa hiện đại, vì thế, Mã Kiều Nhi sau khi kiếm đủ tiền, nàng cũng thích đi phượt, mê chụp hình và thời trang. Một cô gái sành điệu.

Trường ca Mã Kiều Nhi của Nguyễn được người đọc đón nhận nồng nhiệt bởi đáp ứng được cái thị hiếu trưởng giả và lòng thương xót của đám đông.

Nguyễn không có khả năng vận động cho một giải thưởng văn chương quốc gia, nhưng cuối cùng chàng cũng toại nguyện.

Mã Kiều Nhi với danh nghĩa nhân vật chính đã tiếp thị với hội đồng giám khảo và cô dùng nghệ thuật kamasutra của mình thay cho nghệ thuật văn chương của Nguyễn. Chất liệu văn chương Mã Kiều Nhi hẳn nhiên bất hủ, vì thế, tác phẩm của Nguyễn đã được Hội Văn nghệ sĩ Việt Nam tổ chức hội thảo và chàng được tuyên dương như một tài năng của thế kỷ. Thật ra, để có thể tổ chức được các vụ hội thảo này, Đạm Tiên đã phải bỏ ra 1 tỉ VND. Mỗi bài tham luận nhuận bút 50 triệu. Các diễn giả đều được bao trọn gói đi lại và ăn ở. Phần vui chơi giải trí là đóng góp của toàn thể các em gái trong truyện.

Đúng như Nguyễn tính toán, bảng giá đi khách của Mã Kiều Nhi và các nhân vật nữ khác tăng đột biến và trở thành vô giới hạn. Họ cũng đáp trả Nguyễn bằng cách cho chàng miễn phí vào cửa mỗi khi chàng có nhu cầu.

Cuộc đời thật đẹp. Chỉ số hạnh phúc của người Việt Nam được xếp trong top 10 trên thế giới. Nguyễn chỉ có thể lý giải điều này như một cách bôi trơn trong ứng xử bằng sự thỏa hiệp, tương nhượng lẫn nhau để cùng thắng. Một kinh nghiệm của chàng với những em đĩ già hết nhớt, hoặc để lắp lỗ đít một thằng đực.

Thường ra, phú quí sinh lễ nghĩa, nhưng với người Việt yêu thơ và làm thơ là một tâm lý tiểu nông để vượt qua cái số phận của kẻ nghèo hèn và bị áp bức. Thơ để ru ngủ hay thăng hoa cũng chỉ là một cách nói. Khi tự hào Việt Nam là một cường quốc thơ cũng chỉ có nghĩa là một dân tộc không ra gì. Mặc dù thơ vẫn được coi là tinh túy của văn chương và tâm hồn con người. Không có thơ, người Việt Nam không còn gì ngoài sự khốn khổ. Một cách thủ dâm, thơ an ủi và cứu rỗi.

Mã Kiều Nhi và Vương Thúy Kiều giải phóng tâm hồn Việt. Nhưng đặt người Việt trên bờ vực thẳm của đạo lý nhân sinh. Và người Việt mãi mãi lưỡng lự trước ngưỡng cửa tự do và tù ngục.

Từ Hải gặp Nguyễn hỏi: "Ông có tin người Việt Nam hạnh phúc vào hàng nhất thế giới không?"

Nguyễn nói: "Mấy cái nghiên cứu vớ vẩn ông bận tâm làm gì?"

Từ Hải: "Tôi biết đấy là bố láo. Nhưng tôi hỏi ông để một lần nữa muốn nói với ông, tôi cần ông."

Nguyễn bảo: "Tôi đã trả lời ông rồi, tôi không phải Cao Bá Quát."

Từ Hải nói: "Tôi cũng không phải giặc Cờ Đen."

Nguyễn hỏi: "Ông muốn gì ở tôi?"

Từ Hải: "Như ông biết, tình hình hiện nay không cho phép hình thành bất cứ một tổ chức nào ngoài khuôn khổ chính quyền. Nhưng điều đó không ngăn trở chúng ta thành một lực lượng. Làm thế nào tập hợp được ý chí chung của người dân thành một lực lượng?"

Nguyễn bảo: "Có lẽ ông nên hỏi các công dân mạng."

Từ Hải như người đốn ngộ. Hắn ta gật gù. Mỗi công dân là một nhà báo. Mỗi blogger là một chiến sĩ. Mỗi facebooker là một khẩu pháo.

Nguyễn nói: "Sự thật là vũ khí mạnh mẽ nhất."

Từ Hải suy nghĩ nhưng không nói ra, trong cái lực lượng vô danh nhưng vô song đó, làm thế nào để trở thành lãnh tụ?

Dường như Nguyễn hiểu Từ Hải, chàng bảo: "Bây giờ không phải là thời của các lãnh tụ."

Thúc Sinh nói với Từ Hải: "Cậu cần phải thành lập một mạng lưới ủng hộ viên để làm chủ dư luận. Chi phí cho kế hoạch này thuộc ngân sách bảo vệ quyền lãnh đạo của Hồ Tôn Hiến."

Từ Hải thấy mình không thể thoát ra khỏi cái lưới của Hồ Tôn Hiến. Vì thế, một cách chính thức, Từ Hải tạo cơ chế cho mạng lưới ủng hộ viên hoạt động, đồng thời những cơ sở ngoại biên cũng được Từ Hải xúc tiến song hành và nó chỉ phục vụ cho lợi ích riêng của Từ Hải.

Tuy nhiên, có một thực tế không thể phủ nhận, tương quan lực lượng trên không gian mạng, ưu thế bao giờ cũng thuộc về những kẻ không có gì để mất và họ muốn thay đổi. Hồ Tôn Hiến biết điều ấy và ông ta không ngại sử dụng bất cứ thủ đoạn nào để trấn áp cái bóng ma càng ngày càng lớn đe dọa sự tồn vong của ông ta. Từ bạo lực đến đê tiện.

Đám đông đáp trả bằng sự diễu cợt và khinh bỉ.

Năm 2012. Sở Khanh gặp Nguyễn bảo: "Ông làm đơn xin vô Hội Văn nghệ sĩ đi."

Nguyễn nói: "Tôi không có khả năng chung chi."

Sở Khanh bảo: "Cũng rẻ thôi mà."

Nguyễn hỏi: "Bao nhiêu?"

Sở Khanh: "300 triệu."

Nguyễn bảo: "Trả góp nhé?"

Sở Khanh nói: "Ông chỉ đùa."

18.

"Súng Shotgun hay còn gọi súng bắn đạn hoa cải, súng bắn đạn ghém... tùy vào loại đạn mà nó bắn ra, là loại súng được thiết kế thường dùng để bắn khi tựa vào vai, bắn ra loại đạn là một tập hợp các viên đạn nhỏ như hạt tiêu (chỉ sát thương cao khi dùng ở khoảng cách gần) hay loại đạn đặc và lớn (dùng với khoảng cách xa) đôi khi bên trong có thể là thuốc nổ hay những thứ khác như các chất hóa học... (khi đó nó sẽ gọi là đạn đặc biệt). Shotgun có rất nhiều các biến thể khác nhau từ cỡ nòng 5,5 mm (.22 inch) đến 5 cm (2 inch) nòng trơn cùng các chế độ bắn và nạp đạn khác nhau như nạp đạn từ phía sau (loại 1, 2 hay nhiều nòng bắn từng viên), lên đạn bằng cách kéo ống bơm hay thoi nạp đạn, có các chế độ bắn như từng viên, bán tự động thậm chí hoàn toàn tự động...

Các mảnh của đạn shotgun sẽ tỏa ra các hướng sau khi ra khỏi nòng súng và sức bắn được chia đều cho từng mảnh đạn điều đó có nghĩa là sức công sát thương của từng mảnh đạn sẽ rất thấp nếu bắn ở khoảng cách xa vì các mảnh đạn sẽ tỏa đi các hướng (thậm chí nếu trúng mục tiêu chúng cũng chẳng xuyên thủng được do trở nên quá yếu) nên ở khoảng cách xa loại đạn này gần như vô dụng..." (Theo Wikipedia)

Súng hoa cải đã được sử dụng để bắn vào lực lượng cưỡng chế đất đai của dân đen. Một hành động chống đối bột phát thể hiện sự phẫn uất cùng cực đối với bạo quyền.

Hồ Tôn Hiến vội vã triệu tập bộ hạ đến, gay gắt hỏi: "Tại sao lại có kẻ dám chống đối chúng ta? Các đồng chí quản lý nhân dân thế ư?"

Kim Trọng vội thưa: "Chúng tôi đã cho bắt cả tất cả họ hàng anh em bọn chúng và sẽ cho xử thật nặng để làm gương."

Hồ Tôn Hiến nói: "Ổn định trật tự xã hội cũng là ổn định an ninh chính trị. Tôi không muốn thấy bọn dân đen ngóc đầu dậy."

Thúc Sinh từ tốn nói: "Thưa anh, chúng ta cần phải nghiêm túc coi đây là một cảnh báo."

Hồ Tôn Hiến nói: "Vì thế, chúng ta lại càng phải quyết liệt. Toàn bộ hệ thống phải sẵn sàng ứng chiến."

Thúc Sinh thưa: "Nhưng chúng ta không thể coi dân là đối thủ."

Kim Trọng nói: "Tôi cho rằng đồng chí Thúc Sinh nhầm lẫn về đối sách. Trong hệ thống của chúng ta chỉ có ta và địch."

Hồ Tôn Hiến nói: "Đúng. Giai cấp thống trị và giai cấp bị trị không bao giờ có chung một chiến hào. Sự trắc ẩn hay thương xót là tự sát."

Thúc Sinh nói: "Tôi không lấn cấn gì về những điều các đồng chí nói. Ý tôi cũng chỉ là vấn đề đối sách."

Hồ Tôn Hiến: "Để trấn an dân chúng, hãy cho kiểm điểm lực lượng cưỡng chế. Nhưng các đồng chí không được quên, không bảo vệ nhau lúc này, thì khi hữu sự, ai bảo vệ chúng ta? Bọn chống chính quyền, cần phải nghiêm trị. Tôi nhắc lại, tôi không muốn thấy đám dân đen ngóc đầu dậy".

Ở các quán cà phê, tin về một anh nông dân dùng bình gas nấu cơm làm mìn và bắn súng đạn hoa cải vào lực lượng cưỡng chế gồm hàng trăm công an và quân đội võ trang đầy đủ đã làm nổ tung nhiều buổi sáng trời xanh mây trắng. Tuy nhiên, phát biểu về sự kiện bất ngờ này của một sĩ quan chỉ huy công an cũng bất ngờ không kém.

Ông ta nói: "Vụ việc hôm ấy tuy bắt không được đối tượng nhưng mà trấn áp được đối tượng. Phải nói rằng việc hiệp đồng tác chiến cực kỳ hay. Tôi bảo, không có cuộc diễn tập nào thành công bằng cuộc diễn tập lần này.

Một là, anh em cơ động dùng thuyền để tiếp cận là chưa có bao giờ trong giáo án, đã phải dùng thuyền nan để chèo vào, bí mật áp sát mục tiêu đấy. Đánh mũi trực diện nghi binh ra làm sao. Rồi là tác chiến vòng ngoài, vòng trong thế nào.

Tôi nghĩ là rất hay, có thể viết thành sách. Tôi nói với các đồng chí Thường trực rằng đây không phải kế hoạch tập trận nhưng đúng là phải rút kinh nghiệm, cái này nó rất là hay, có sự kết hợp giữa địa phương, giữa công an, quân đội, biên phòng rất là đẹp, đâm ra không có gì phải phàn nàn về cái chuyện ấy cả".

(http://www.tienphong.vn/xa-hoi/607509/10-phat-ngon-sieu-an-tuong-cua-quan-chuc-viet-nam-tpov.html)

Nhân dân bình rằng, hàng trăm thằng lính và công an bao vây và tấn công vài thằng nông dân không những đã không bắt được nó mà còn bị nó bắn suýt toi mấy mạng thì hay ho kiểu gì.

Chính vì thế, Hồ Tôn Hiến đã yêu cầu lực lượng an ninh, quân đội cần tiếp tục làm thí điểm hợp đồng tác chiến trấn áp các cuộc nổi dậy trong tương lai của nhân dân.

Cuộc diễn tập thứ hai.

Hàng ngàn công an tiến vào ngôi làng. Súng nổ đì đùng, lựu đạn cay mù mịt. Đánh đập và bắt bớ. Người dân kêu khóc. Những người chứng kiến cũng chỉ biết khóc. Cuộc diễn tập qui mô này được tạo cớ bởi những nông dân chống lại lệnh cưỡng chế bất công của chính quyền đối với đất đai của họ nhằm phục vụ quyền lợi bọn tư bản đỏ.

Hồ Tôn Hiến nói: "Các đồng chí phải chứng tỏ cho bọn dân đen biết thế nào là quả đấm thép."

Quả đấm thép đã làm nhiều người gãy răng, nhiều người bể xương mặt, thân thể bầm tím, thậm chí nhiều người đã tử vong.

Pháp y là người lính lương của chính quyền vì thế pháp y tuyên bố trước công luận: "Chính quyền không đàn áp, đánh dân. Bọn chúng tự xử."

Để hợp pháp hóa các vụ trấn áp và giết người, Hồ Tôn Hiến ra lệnh: "Hãy sửa luật để công an được quyền bắn bỏ mọi đối tượng nếu thấy cần."

Cuộc diễn tập thứ ba.

Những người bất đồng chính kiến lần lượt bị bắt.

Hồ Tôn Hiến nói: "Chúng ta cần phải cho thế giới biết, chủ quyền của chúng ta là tuyệt đối. Không một tổ chức, một chính phủ nào có thể can thiệp vào công việc nội bộ của chúng ta. Không một lực lượng đối lập nào được phép thành hình. Không một kẻ chống đối nào được dung tha."

19.

Từ Hải nói với Nguyễn: "Đã qua cái thời đấu súng. Cho dù đối mặt với kẻ điếc, chúng ta vẫn cần đối thoại."

Nguyễn nói: "Vâng, chúng ta cần sống như những người văn minh."

Từ Hải nói: "Cái khó nhất tôi nghĩ trong đấu tranh là làm sao để mọi người cùng tiến bước. Nếu khoảng cách giữa người đi trước và người đi sau xa nhau quá, thì người đi trước rất dễ bị bắn tỉa, rất dễ bị hy sinh."

Nguyễn bảo: "Vì thế, cần kiên nhẫn mà không làm nguội đi ngọn lửa."

Từ Hải nói: "Đấy chính là một trong những lý do tôi cần những người như anh."

Nguyễn bảo: "Tôi không làm thuê cho ai."

Từ Hải: "Xin lỗi. Tôi không có ý định nói thế. Tôi chỉ muốn nói là phong trào cần."

Nguyễn bảo: "Tôi biết tôi phải làm gì."

Từ Hải: "Đấy cũng là một cái khó. Khi những người như chúng ta không cùng đi chung với nhau, ít nhất một đoạn đường, thì cũng rất khó để có cơ hội tạo nên một sức mạnh."

Nguyễn bảo: "Tôi biết cá nhân không là gì trong một cuộc vận động lớn lao như thay đổi một chế độ. Nhưng tôi không thể không là gì khi tôi muốn dấn thân cho một điều có ý nghĩa."

Từ Hải: "Anh muốn có một vai trò rõ ràng?"

Nguyễn nói: "Có lẽ anh hiểu nhầm ý tôi. Tôi không bao giờ có ý định làm quan. Cho dù đó là quan cách mạng. Tôi chỉ muốn nói đến cái vị thế con người."

Từ Hải: "Chẳng cần rắc rối thế. Vị thế con người ở ngay trong chính anh. Nếu không có những con ốc, thì không bao giờ có bộ máy."

Nguyễn nói: "Tôi là con người tự do."

Từ Hải nói: "Vứt mẹ cái tự do của anh đi."

Từ Hải đi tìm một Từ Hải khác. Những Từ Hải khác này tiếp tục đi tìm nhau. Nhưng bởi vì họ là Từ Hải, họ không chấp nhận "trên đầu có ai". Vì thế, họ vẫn chỉ là một đám đông tuy cùng một xu thế nhưng không thể có chung một hành động, thậm chí nhiều khi còn chống phá lẫn nhau. Điều trớ trêu nhất, chính những kẻ té nước theo mưa lại làm nên một phong trào phản kháng quyết liệt. Nó xô đổ mọi thành lũy văn hóa và chính trị giáo điều kiên cố nhất bằng sự dung tục của ngôn ngữ.

Nguyễn linh cảm một sự đổi thay to lớn bắt đầu từ sự nổi loạn của ngôn ngữ đang trở nên phổ quát trong xã hội. Nguyễn cũng không mường tượng được sự đổi thay đó là suy đồi hay giải phóng, nhưng chàng tin vào cái thiên bẩm hướng đến sự toàn thiện của con người, cho dù đã có những dân tộc phải diệt vong vì sự sai lầm của mình.

Nói càng tục càng sướng. Mã Kiều Nhi, Thúy Kiều và Đạm Tiên đều bảo vậy, bởi vì nói càng tục thì càng có tính cách mạng và gần với tính bản nhiên hơn. Sở Khanh cho rằng, nói tục chỉ là một trạng thái biểu lộ cái tự ti cùng cực, nó không dẫn đến bất cứ một cuộc cách mạng nào, cho dù là giải phóng bản thân. Nhưng Thúc Sinh lại khoác cho việc nói tục nhiều ý nghĩa. Trước hết, nói tục biểu lộ sự miệt thị đối với cái không phải là ta. Miệt thị cái xã hội anh ta đang sống. Nó thể hiện một thái độ chính trị của sự bất mãn và phủ nhận cái thế lực đang đè đầu cưỡi cổ anh ta. Một chế độ cai trị càng hà khắc thì sự tục tĩu trong ngôn ngữ càng phổ biến. Hiện tượng tục tĩu trong ngôn ngữ do đó là một biện chứng, nó thúc đẩy sự thay đổi, bởi chính nó là sự thay đổi. Một nhà nước suy đồi, ngôn ngữ không chỉ lươn lẹo mà còn rập khuôn. Ông ta đưa ví dụ: mô hình "kinh tế thị trường, định hướng xã hội chủ nghĩa" của chế độ cộng sản khi buộc phải thay đổi, hoặc mô hình "phát thanh có hình" của đài tiếng nói nhân dân khi muốn bon chen với bọn truyền hình. Một nền chính trị lành mạnh, ngôn ngữ cũng sẽ trong sáng hơn. Thúc Sinh có vẻ như nắm biết tình hình, nhưng ông ta chỉ hành động thuận theo quyền lợi của mình.

Hồ Tôn Hiến không tỏ ra lo lắng nhưng ông ta tăng cường đề phòng. Bởi vì ông ta biết cái chết của một anh bán trái cây dạo như Mohamed Bouazizi ở Tunisia có thể làm nên một cuộc cách mạng. Tất cả mọi cuộc tụ tập đông người đều bị cấm đoán, bất kể vì lý do gì.

Nguyễn tự nghĩ, công việc tốt nhất có thể làm được là tiếp tục làm thư ký cho nông dân như anh đã từng làm và bị bắt. Viết những đơn khiếu nại. Viết những biểu ngữ. Viết những kiến nghị, tuyên ngôn, tuyên cáo...

Nhưng ngay khi đó Kim Trọng đã xuất hiện, ông ta nói với Nguyễn: "Nếu ông muốn sống yên thân và chơi gái thì hãy ở trong thành phố, sáng cà phê chiều nhậu, đừng dây dưa vào chuyện thiên hạ. Nếu ông muốn nổi loạn, cứ nổi loạn với chữ nghĩa. Nếu ông muốn làm người hùng, cứ làm người hùng trong văn chương. Nếu ông đi lạc chỗ, tụi tôi sẽ xử lý ông ngay."

Nguyễn nói: "Lạc chỗ hay không đó là lựa chọn của tôi. Các

anh không có quyền..."

Kim Trọng: "Anh biết là chúng tôi có quyền. Đi lạc chỗ đồng nghĩa với chống đối và chúng tôi sẽ xử lý anh."

Nguyễn nói: "Đây là quyền của tôi: Cút khỏi nhà tôi."

Kim Trọng bảo: "Khi cần đuổi thì người đuổi sẽ là tôi chứ không phải anh."

Nói xong Kim Trọng đi ra.

Nguyễn cảm thấy muốn hút một điếu thuốc. Lâu lắm rồi Nguyễn không hút thuốc.

Nguyễn hỏi Mã Kiều Nhi: "Em có muốn về quê sống với anh không?"

Mã Kiều Nhi hỏi lại: "Anh trồng rau, em mở tiệm hớt tóc massage phục vụ cho các anh giai làng, được không?"

Nguyễn nói: "Anh mở dịch vụ vi tính, viết thuê. Còn em làm gì thì tùy."

Mã Kiều Nhi nói: "Cuộc cách mạng nông thôn cần bắt đầu từ nữ quyền."

Nguyễn bảo: "Ý tưởng không tồi."

Mã Kiều Nhi nói: "Làm đĩ là một quyền mưu sinh chính đáng. Nhưng em sợ rằng anh sẽ mất hết uy tín khi trong nhà ông cách mạng có người làm đĩ."

Nguyễn bảo: "Anh không phải nhà cách mạng. Anh chỉ muốn làm một cái gì đó như phục vụ công ích."

Mã Kiều Nhi nói: "Bọn công an không để cho anh muốn làm gì thì làm đâu. Tội gì cũng có thể hối lộ cho qua được, nhưng tội làm cách mạng thì không. Nếu anh không trả giá thì anh sẽ không làm gì được."

Nguyễn nói: "Anh không làm cách mạng. Có muốn cũng không làm được."

Mã Kiều Nhi bảo: "Vậy thì anh cứ sáng cà phê, chiều nhậu, tối kiếm gái ngủ là tốt nhất."

Người nông dân nổi dậy đã ngồi tù. Vương Thúy Kiều nói: "Về nông thôn, em có nguy cơ sẽ phải bán mình lần nữa để chuộc cha bởi bọn cường hào ác bá ở địa phương bây giờ ác hơn thời xưa. Nhưng em nói rồi, Vương viên ngoại còn có thể chuộc được, chứ Từ Hải hay anh chỉ có cách chết đứng hoặc để cho người ta xử tùy tiện thôi. Cả hai cách đều dở. Anh nên quên cái cơn lãng mạn nửa mùa ấy đi."

Nguyễn hút thuốc. Và chàng cay đắng quăng điếu thuốc đi. Nhưng rồi chàng lại đốt điếu khác. Đốt nhiều điếu khác cho đến khi chàng trở nên khô rỗng.

Vương Thúy Kiều lại nói: "Đàn ông làm cách mạng chỉ đưa nhân loại đến chỗ khốn cùng."

Nguyễn quăng linh hồn vào bóng tối và chàng lấy dao rạch lên những quyển sách, móc từng chữ ra khỏi trang giấy.

Vương Thúy Kiều nói: "Đàn bà làm cách mạng không phải lồn hoang độc lập, tự do, hạnh phúc và đái ỉa vào mọi giáo điều như bọn đàn ông nói."

Nguyễn nhét từng con chữ cho vào miệng. Nhai rồi nhổ. Vương Thúy Kiều nói: "Không phải đàn bà nằm trên là nữ quyền. Nhưng nó là khởi đầu cho mọi cuộc cách mạng khác". Nguyễn tiếp tục ăn những con chữ rồi nhổ ra.

Vương Thúy Kiều nói: "Hãy làm điều mình muốn".

Người nông dân nổi dậy ngồi tù. Chữ nghĩa cũng nằm tù. Nông dân không nhai chữ. Nhà văn không cạp đất. Đạm Tiên ngồi thiền trong am con nhện. Vương Thúy Kiều ăn chay trường. Mã Kiều Nhi lần tràng hạt. Sở Khanh tịnh khẩu. Kim Trọng tập dưỡng sinh. Thúc Sinh luyện kiếm. Từ Hải đọc sách Phật.

Hồ Tôn Hiến một tay cầm búa, một tay cầm liềm. Ông giơ búa lên hét: "Đập tan xiềng xích".

Nhưng khi xiềng xích tan, ông đội lên đầu cái búa và ông ta làm xiếc. Ông bảo cái búa là thiêng liêng, không để búa rời khỏi đầu mình kể cả lúc ngủ. Còn cái liềm, thật ra chưa bao giờ ông dùng đến nó, cuối cùng ông lấy nó làm vật trang sức đeo ở cổ.

Nguyễn nhìn thấy mọi điều sáng rõ. Mỗi một người chàng gặp, chàng đều nhìn thấy cái tinh tướng súc vật của họ hiển lộ như hình và bóng. Thế giới trở nên chật chội và đầy ắp. Đôi khi leo lên cây, Nguyễn càng cảm thấy chật chội và đầy ắp hơn. Chập chùng những phóng ảnh của con người. Nguyễn chỉ thấy yên ổn khi nằm sát xuống đất, mặc dù có rất nhiều bàn chân bước lên người chàng. Đôi khi bị đè bẹp, Nguyễn thấy từ sâu thẳm một khoái cảm nhẫn nhục.

Người và súc sinh quấn lấy nhau. Đạm Tiên bảo nghiệp chướng duyên khởi chưa dứt, cần phải lấy máu mà rửa. Máu lồn là máu không oán cừu, hãy dùng nó mà thanh tẩy. Cả người và súc sinh đều mơ những giấc mơ thần thánh. Nhưng thần thánh đã bị đánh tráo. Vì thế, bọn súc sinh vẫn được tôn làm thánh. Và thánh thần thì bị che mắt nên bỏ mặc con người lầm than trong cõi chết.

20.

Từ Hải lại gặp Nguyễn nói: "Chúng ta phải tự cứu. Hôm nay người nông dân vì giữ đất của mình mà vào tù. Ngày mai vì chữ nghĩa của anh, anh cũng sẽ vào tù. Chúng ta bị cướp đoạt từ tài sản đến phẩm cách. Chúng ta không thể im lặng nhịn nhục gìn giữ sự ổn định thống trị của bọn lưu manh trên sự bất công và tàn ác mãi. Anh cần phải làm một cái gì đó."

Nguyễn nói: "Những gì cần phải viết, tôi đã viết rồi."

Từ Hải bảo: "Một tay anh cầm viết, tay kia anh cần phải biết cầm búa."

Nguyễn cười: "Còn cái liềm thì cắt bằng chân?"

Từ Hải nói: "Vứt mẹ nó cái hình ảnh và quan điểm giai cấp điếm thúi ấy đi."

Nguyễn bảo: "Vâng. Công dân là đủ."

Từ Hải nói: "Nhân việc anh nông dân vào tù, tôi muốn nhờ anh soạn giùm một cái tuyên ngôn tự do. Tự do cho nông dân. Tự do cho tất cả chúng ta. Anh viết thế nào thì tùy, điều quan trọng là không để sơ hở tạo cớ cho tụi nó bắt anh hay bắt những người ủng hộ tuyên ngôn đó."

Nguyễn bảo: "Để tôi suy nghĩ."

Từ Hải nói: "Đừng để vuột mất cơ hội cất tiếng nói."

Nguyễn bảo: "Tôi biết những kiến nghị, những tuyên ngôn chẳng có giá trị gì đối bọn vừa điếc vừa mù. Nhưng quả thật, trước hết chúng ta cần phải nói với nhau, cho nhau về sự thật và khát vọng thay đổi."

Từ Hải nói: "Đúng. Nếu chúng ta muốn thay đổi nhưng không hành động cho sự thay đổi thì sẽ không bao giờ có sự thay đổi."

Không phải Nguyễn. Không phải Từ Hải. Trong chảo lửa của sự phẫn uất và lương tâm công chính, một loạt các tuyên ngôn cho công lý và tự do công dân đã xuất hiện trên các trang mạng xã hội, tuyên bố quyền xã hội dân sự và đòi hỏi thay đổi thể chế cũng như công lý cho những người bị tù tội.

Những tuyên ngôn không làm rung rinh chế độ nhưng nó biểu thị sự bất tín nhiệm và tạo ra áp lực thay đổi đối với Hồ Tôn Hiến ngày càng lớn.

Từ Hải gặp Nguyễn, hắn nói: "Làm thế nào tạo ra một phong trào bất tuân rộng khắp, đồng thời sẵn sàng phản ứng khi có cơ hội thuận lợi."

Nguyễn bảo: "Nếu biết liên kết các sự kiện, nó có thể tạo ra hiệu ứng dây chuyền."

Bỗng tỏ ra mừng rỡ, Từ Hải nói: "Tôi nghĩ ra rồi."

Rồi hắn đứng lên và đi thẳng tới nơi những đám lửa đang cháy.

Từ Hải có mặt trong đám đông vây quanh một quan tài người dân vừa bị công an đánh chết. Từ Hải có mặt trong số dân oan khiếu kiện hoặc đòi chất vấn chính quyền về những vụ cưỡng chiếm đất đai. Từ Hải có mặt trong số những công nhân đình công đòi cải thiện bữa ăn trưa. Từ Hải có mặt trong số những sinh viên kêu gọi tẩy chay hàng độc hại Trung Quốc. Từ Hải đi biểu tình chống Trung Quốc xâm lấn biển. Từ Hải đồng hành với người mẹ đi tìm con trong lao tù. Từ Hải đi xe đạp treo bảng chống tăng giá xăng. Từ Hải lên tiếng đòi xử quan chức tham nhũng. Từ Hải cùng với người dân khiêng giường ra đường chống tăng viện phí. Từ Hải có mặt trước cửa các phiên tòa bất công, dối trá...

Lần nào Từ Hải cũng bị bắt và bị đánh trong đồn công an, nhưng chính quyền không bỏ tù được Từ Hải vì Từ Hải đứng về phía lẽ phải và ôn hòa bất bạo động.

Hồ Tôn Hiến nói: "Hãy bẻ chân bọn ngông cuồng."

Và Từ Hải bị một lũ côn đồ tấn công. Chúng đón đường đánh hắn giữa phố ban ngày. Đánh bầm dập. Rồi bẻ chân hắn.

Cả thế giới nhìn thấy việc ấy và việc ấy cũng như hàng nghìn việc đê tiện tàn bạo khác không làm cho con người phẫn nộ hay xấu hổ.

Không chỉ có một Từ Hải, mà có rất nhiều Từ Hải khác cũng đã bị bẻ chân hoặc bẻ tay. Sau này, họ đã thành lập Hội Nạn nhân bạo quyền với biểu tượng cái nạng để đi đá bóng, mặc dù không được cấp phép hoạt động nhưng không ai ngăn cản được họ chống nạng đá bóng và góp mặt trong các cuộc tranh đấu bất bạo động và hợp pháp.

Hồ Tôn Hiến nói: "Hãy thu gom tất cả nạng trên mặt đất cho vào lửa."

Thế là không còn một cái nạng nào được chống ra đường. Những người tìm cách chống nạng bị qui kết là phản động, chống chính quyền.

Hội Nạn nhân bạo quyền ra tuyên ngôn "Chúng ta là con người" và họ xuống đường bằng một chân hay một tay còn lại.

Hồ Tôn Hiến nói: "Bọn thú vật này không muốn sống."

Thế là từng người một trong số họ dần dần mất tích cho đến khi không còn ai được gọi là nạn nhân bạo quyền.

Nhà nước của Hồ Tôn Hiến ứng cử vào Hội đồng Nhân quyền của Liên Hiệp Quốc và họ được chấp thuận.

Trong những ngày diễn ra những cuộc khủng bố và thủ tiêu nhóm nạn nhân bạo quyền, Thúc Sinh đã gặp Từ Hải.

Ông ta nói: "Cậu phải biến đi."

Thế là Từ Hải biến mất. Từ đó, bên cạnh Thúc Sinh có một nhân vật mới, Mã Giám Sinh. Trên danh thiếp của Mã Giám Sinh có hai chức danh: Giám đốc Công ty Xuất khẩu Lao động và Giám đốc Công ty Cung ứng Nhân sự và Dịch vụ gia đình.

Trên thực tế, Mã Giám Sinh chỉ làm cò cho Thúc Sinh trong vụ việc buôn người này. Hắn về các vùng nông thôn tuyển người và lấy tiền cò cả hai đầu. Chỉ số hạnh phúc của người Việt tăng vọt. Được đi lao động hay lấy chồng, làm ôsin ở nước ngoài là một giấc mơ huy hoàng.

Nguyễn bảo Mã Giám Sinh đáng được đúc tượng tôn thờ trong các đình làng bởi đã góp phần vào việc làm thay đổi bộ mặt nông thôn một cách sâu sắc.

Nhưng Đạm Tiên nói Mã Giám Sinh cạnh tranh không lành mạnh.

Mã Giám Sinh nói với các anh giai và chị gái: "Chỉ cần 2000 đô thế chân, các bạn sẽ đến thiên đường."

Nghèo không đủ ăn, nhưng bằng cách nào đó, họ cũng xoay sở được 2000 đô nộp mạng cho Mã Giám Sinh. Nếu không bị lừa như họ đã từng bị lừa thì trả nợ không phải là điều quá khó.

Đối với các cô gái muốn tìm chồng ngoại, Mã Giám Sinh tuyệt đối trung thành với cam kết "gìn giữ nguyên trạng" của các cô với khách hàng. Nhưng hắn tận dụng ưu thế của mình để kiểm tra "hàng" một cách thích đáng. Các ứng viên được yêu cầu phải tự lột truồng và trình diễn khả năng làm vợ. Mã Giám Sinh nói đó là điều thú vị và xứng đáng duy nhất để hắn hạ cố với nhân dân.

21.

Một trong số hàng ngàn cô gái được xuất khẩu lấy chồng Hàn Quốc, Đài Loan đã làm Mã Giám Sinh kinh ngạc. Khi casting, cô tỏ ra đam mê và tao nhã lạ thường. Khuôn mặt biểu cảm của một thiên bạc mệnh không thể không làm cho Mã Giám Sinh chạnh lòng nhớ đến Vương Thúy Kiều, người mà hắn đã đưa vào lầu xanh ở Lâm Truy ngày nào. Mã Giám Sinh xét hỏi lý lịch cô. Cô gái cho biết cô chính là con của Vương Thúy Kiều, cháu của Vương viên ngoại, nhưng cô không biết cha là ai. Ngay sau đó, Mã Giám Sinh đưa cô gái về phòng mình trong khách sạn và cắt tiết cô cũng như ngày xưa hắn đã cắt tiết Vương Thúy Kiều.

Trả lại cô gái 2000 đô tiền thế mạng, hắn hỏi cô: "Bây giờ cô muốn sống với tôi hay vẫn thích lấy chồng ngoại?"

Cô gái thành thật thưa: "Dạ, cho em lấy chồng ngoại?"

Hắn gặn hỏi tiếp: "Tại sao?"

Cô gái nói: "Em sợ cái cảnh thằng chồng sáng say chiều xỉn, xách cây đánh vợ lắm."

Mã Giám Sinh bán cô cho một người Đài Loan.

Phóng viên báo Cướp Giết Hiếp phỏng vấn Mã Giám Sinh:

"-Thưa ông, trải nghiệm về trinh tiết phụ nữ của ông thế nào?

-Người ta vẫn cho rằng phá trinh một cô gái sẽ mang lại may mắn theo một niềm tin đã có từ lâu đời. Nhưng với tôi đó chỉ là một cảm giác về sự hãm hiếp. Tất nhiên hãm hiếp cũng là một kinh nghiệm quí báu về sức mạnh nam giới và quyền lực xã hội.

-Giả dụ đặt trường hợp ông là người bị hãm hiếp thì sao ạ?

-Anh cứ hiểu ngược lại là được.

-Ông cho rằng người này có quyền hãm hiếp người khác?

-Ồ, cái đấy thì tùy.

-Tùy là sao ạ?

-Thứ nhất là người ta có sẵn sàng cho anh hiếp không? Anh có muốn nghe ví dụ không? Thứ hai, đấy là vấn đề dân trí. Dân trí để cho anh hiếp thì tại sao anh lại không hiếp?

-Trở lại với vấn đề trinh tiết, xin hỏi ông: trinh tiết có thực sự là cái ngàn vàng không?

-Không, tôi nghĩ là cần điều chỉnh theo thời giá.

-Ông không tin vào vấn đề nữ quyền?

-Ồ, cái đó chỉ có giá trị trong các cuộc tranh cử ở các nước dân chủ phương Tây.

-Các công ty của ông chủ yếu là xuất khẩu lao động và phụ nữ. Phải chăng đây là một hình thức buôn bán người?

-Nếu là buôn bán người thì sao? Tôi cho rằng đây chỉ là vấn đề ngôn từ. Không cần phải đạo đức giả anh bạn ạ. Nếu chúng ta gọi đó là trao đổi hay giao lưu, hoặc thậm chí là chia sẻ thì sẽ lành mạnh hơn chăng? Hãy nhìn vào thực tế, các lao động của ta ở nước ngoài và gia đình họ có vui mừng không? Các cô dâu của ta ở nước ngoài và gia đình họ có hạnh phúc may mắn không?

-Tiềm năng về nhân sự của Việt Nam trong lãnh vực nào ông cho là triển vọng nhất?

-Chúng ta có nhiều nhà lãnh đạo kiệt xuất, chúng ta cũng có những nhà làm chính sách vĩ đại. Đấy là một tiềm năng xuất khẩu có giá trị kinh tế chính trị và ngoại giao rất lớn. Nếu xuất khẩu được loại hàng hóa này, cục diện thế giới sẽ thay đổi và vị thế của Việt Nam trên trường quốc tế có thể vượt lên hàng top."

Tú Bà nói với Mã Giám Sinh: "Thị trường gái gú toàn cầu đang có thị hiếu hoang dã. Đây là cơ hội lớn của chúng ta. Ông sai bọn lâu la ra các bến xe, bến tàu hốt hết đám gái quê lên tỉnh về cho tôi."

Mã Giám Sinh bảo: "Chỗ đâu mà chứa?"

Tú Bà nói: "Ông không cần lo chuyện đó. Chỉ cần đưa chúng nó về công ty ông chụp hình làm hồ sơ, trong vòng nửa tiếng sẽ có xe đưa bọn chúng qua biên giới."

Mã Giám Sinh hỏi: "Đếm người lấy tiền?"

Tú Bà nói: "Đúng vậy. Nhưng tôi còn muốn làm một điều lớn lao hơn là kiếm tiền."

Mã Giám Sinh: "Cuộc cách mạng tình dục không giới hạn?"

Tú Bà: "Nó chẳng phải là cuộc cách mạng gì cả, mà là sự hoàn nguyên bản ngã. Tôi muốn hóa giải tính chính xác vô cảm của nền văn minh kỹ thuật, đưa con người trở lại với sự mê cuồng mông muội của tình cảm ban sơ cốt đột mặn nồng vô văn hóa."

Mã Giám Sinh: "Phần tôi bao nhiêu phần trăm?"

Tú Bà: "Ông muốn lấy bao nhiêu cũng được. Nhưng cứ bỏ vào tài khoản của tôi là yên chuyện. Ông có muốn yên chuyện không?"

Mã Giám Sinh: "Tôi chỉ hỏi cho biết thôi."

Tú Bà: "Nhân tiện, tôi cũng cho ông biết luôn. Hồ Tôn Hiến mới gặp tôi. Ông ta muốn mở một con đường hoa bướm xuyên Âu

Á. Đây sẽ là một trong hai mũi giáp công làm lũng đoạn thế giới."

Mã Giám Sinh: "Mũi giáp công thứ hai là con đường tâm linh xuyên thế kỷ?"

Tú Bà hỏi: "Sao ông biết?"

Mã Giám Sinh cười: "Hãy nhớ điều này: Đểu cáng thì không ai bằng Mã Giám Sinh."

Hồ Tôn Hiến nói với người mang mặt nạ: "Ông mang cục gạch này tìm cách chôn vào chân cột ngay chính điện Đền Hùng."

Người mang mặt nạ hỏi: "Có cần tiến hành một nghi thức nào đi kèm không?"

Hồ Tôn Hiến nói: "Không."

Người mang mặt nạ hỏi tiếp: "Cần chọn ngày giờ không?"

Hồ Tôn Hiến nói: "Không."

Người mang mặt nạ tự hiểu quyền năng của cục gạch là vô song.

Hồ Tôn Hiến nói tiếp: "Việc thứ hai cần làm ngay là ông cho tu sửa lại Đền Hùng và tuyên bố phát hiện cục gạch lạ. Sau đó, cứ để cho nó diễn tiến tự nhiên. Không can thiệp."

Người mang mặt nạ thi hành đúng những gì Hồ Tôn Hiến sai bảo.

Cục gạch đã trở thành huyền thoại sau khi được phát hiện chôn giấu trong Đền Hùng. Đầu tiên, người ta báo cáo chính phủ và giữ bí mật việc phát hiện ra cục gạch lạ, trước khi biết mục đích và ý nghĩa của nó. Chính phủ giao cho các nhà tâm linh học và cảm xạ học nghiên cứu giải mã. Những nhà nghiên cứu này không tìm được bất cứ liên hệ nào giữa các biểu tượng và ngôn ngữ lạ thường trên cục gạch với những gì họ biết. Các nhà khoa học vào cuộc cũng chỉ biết được niên đại cục gạch ra lò. Vì thế, những người thông thái nhất đã suy đoán theo cảm quan, trực giác rằng bọn quân Nguyên đã yểm cục gạch trong Đền Hùng nhằm trả thù ba lần thua trận ở An Nam.

Đến lúc Hồ Tôn Hiến vào cuộc. Ông ta sai người tìm một cục đá mẹ và 2301 cục đá con có nhiều vượng khí và năng lượng vũ trụ, rồi vẽ bùa chú mật tông cho những cục đá đó. Cục đá mẹ đặt giữa Đền Hùng, 2301 cục đá con được đặt dưới chân các cột cây số dọc Quốc lộ 1 trong một lễ cúng trọng thể mang tầm vóc quốc gia.

Theo báo chí, những bùa chú này ngoài việc hóa giải bùa yểm của người Tàu, còn mang ý nghĩa cầu cho quốc thái dân an, xã tắc trường tồn.

Nhưng ý nghĩa thật sự của các bùa chú trên cục đá mẹ và 2301 cục đá con chỉ có ba người biết. Đó là Hồ Tôn Hiến, người thực hiện ý đồ, Mã Giám Sinh thỉnh bùa chú từ Tây Tạng và Đạm Tiên, người cầu viện âm binh. Điều này được giữ bí mật tuyệt đối bởi nó liên quan đến tham vọng của Hồ Tôn Hiến về quyền bính.

Cục gạch lạ thay vì nằm dưới đất, giờ đây được đặt trong bảo tàng quốc gia và nằm đúng vị trí long mạch của thế giới.

Hồ Tôn Hiến bảo: "Hồ Tôn Hiến sống mãi trong sự vinh quang của cục gạch lạ."

Còn những người khác như Thúc Sinh, Mã Giám Sinh, Tú Bà, Sở Khanh, Kim Trọng, kể cả Từ Hải vẫn chỉ bày tỏ một tâm nguyện duy nhất: "Còn Hồ Tôn Hiến, còn mình."

Đầu thế kỷ 20, Hồ Tôn Hiến tự xuất khẩu lao động. Ông đã đến Mỹ, Anh và dừng chân ở Pháp. Từ một người đi giao báo, ông đã trở thành người viết báo và được một người đồng hương giúp đỡ biên tập. Ông mau chóng nổi tiếng như một người chống chủ nghĩa thực dân. Nhưng tờ báo ở xứ sở thực dân không nuôi sống được ông vì thế trong cái giá buốt của Paris, ông tồn tại được nhờ một cục gạch. Cục gạch không thể ăn, nhưng cục gạch hâm nóng đã cứu ông khỏi chết rét. Đêm đêm, ông ôm cục gạch nóng ngủ. Những lúc thao thức, ông trò chuyện với cục gạch và nó trở nên thân thiết với ông. Tất cả những gì ông thổ lộ với cục gạch đều được nó ghi sâu trong đáy lòng. Nhưng đáy lòng của cục gạch dù sao vẫn có giới hạn của một thể tích nhỏ bé, vì thế những tâm sự của ông đã nhanh chóng đầy lên trong cục gạch. Cho đến khi hết sức chứa, những khát vọng cháy bỏng của ông hiện lên trên bề mặt cục gạch thành những hình thù kỳ quái.

Hồ Tôn Hiến luôn mang theo cục gạch bên mình, bởi vì chẳng có ai trên cõi đời này để ông tin hơn nó.

Sau này, câu chuyện về cục gạch đã có nhiều dị bản. Những người từng gặp ông ở Paris bảo, cục gạch ấy là một cô gái người Nga.

22.

Nguyễn nằm bẹp trong nhà Mã Kiều Nhi. Chưa bao giờ cái cảm giác về sự tồn tại lại nặng nề đến thế. Còn Hồ Tôn Hiến thì không có mình, Nguyễn nghĩ. Nhưng thật ra, chưa bao giờ chàng đem mình lên thớt để qui chiếu với Hồ Tôn Hiến, cho dù sự tồn tại không bao giờ không là một tương quan. Từ Hải từng nói với Nguyễn: "Sự hiện hữu của Hồ Tôn Hiến, xét cho cùng, cũng là bởi chúng ta". Với Nguyễn, Hồ Tôn Hiến dù thế nào vẫn là một nhân vật tiểu thuyết. Nhưng nhận vật ấy đã vượt ra khỏi tầm kiểm soát của chàng, một tai nạn của bệnh tiêu chảy, trở thành một tác nhân độc lập và hành xử theo cách của hắn. Nguyễn biết, không có cách nào khác để loại trừ hắn là để chính cái hệ thống đang vận hành hắn xử hắn. Tính cách trí thức của chàng, như thế một lần nữa, đè bẹp chàng. Thay vì đóng vai trò của một chủ thể lịch sử, chàng buông xuôi cho cái hệ thống mù lòa ấy đưa đẩy.

An nhiên tự tại hay từ khước chính mình cũng chỉ là một cách trốn chạy thực tại.

Ngoài kia. Không phải Từ Hải, không phải Mã Kiều Nhi hay Thúy Kiều, không phải Thúc Sinh hay Mã Giám Sinh. Họ đang ngồi trên bãi cỏ công viên. Đa phần còn rất trẻ, họ nói với nhau và hỏi nhau: Chúng ta là ai? Chúng ta đã sống như thế nào? Chúng ta có muốn thay đổi không và đã làm gì để thay đổi? Lịch sử thuộc về chúng ta hay do người khác định đoạt?

Tại sao họ không ngồi trong một căn phòng cửa đóng kín cho an toàn? Để trả lời cho câu hỏi chúng ta là ai, họ cần phải trưng bày khuôn mặt của mình giữa ánh sáng. Muốn biết chúng ta đã sống như thế nào, họ cũng cần phơi bày sự thật giữa ánh sáng. Để thể hiện ước muốn của mình, họ cần công khai chia sẻ trong ánh sáng. Và để lịch sử là lịch sử của chúng ta, họ cần cho người khác biết sự liên đới trong cuộc sống và vì sự liên đới cần rộng lớn thêm mỗi ngày, họ để ngỏ vòng tay và chỗ ngồi mời gọi liên kết và hành động như ánh sáng.

Họ nhất thiết phải công khai và minh nhiên, bởi chúng ta là tự do và chúng ta không sợ hãi. Cho dù, bọn an ninh quây họ trong hàng rào kẽm gai và chó nghiệp vụ tấn công họ.

Máu và thịt họ vương vãi. Ngoài kia. Họ không vì thế mà tiêu tan. Máu thịt sản sinh máu thịt. Cho đến khi họ biết chúng ta là gì, máu thịt vẫn không ngừng sản sinh. Và họ tiếp tục hỏi và nói với nhau: Chúng ta là ai? Chúng ta đã sống như thế nào? Chúng ta có muốn thay đổi không và đã làm gì để thay đổi? Lịch sử thuộc về chúng ta hay do người khác định đoạt?

Nguyễn đã nhìn thấy họ và chàng viết, họ từ trong những ngõ hẻm bước ra, tất cả đều đi đến chỗ quảng trường rộng lớn của thành phố, trên ngực áo của họ có dòng chữ "Chúng ta là tự do" và phía sau lưng của họ là dòng chữ "Không sợ hãi". Họ càng lúc càng đông. Tiếng hét của họ làm rung chuyển mọi mái nhà. Cho đến lúc ấy, không còn ai có thể ngồi yên. Tất cả mọi người đổ ra đường. Và họ reo lên "Chúng ta là tự do".

Từ Hải gặp Nguyễn hỏi: "Ông có nghĩ rằng Bắc Kinh sẽ đem quân và xe tăng vượt biên giới để bảo vệ Hồ Tôn Hiến không?"

Nguyễn bảo: "Điều này tùy thuộc vào Hồ Tôn Hiến."

Từ Hải nói: "Chính Hồ Tôn Hiến sẽ phải vượt biên giới để

bảo toàn tính mạng."

Nguyễn bảo: "Cũng có thể."

Từ Hải nói: "Tiểu thuyết của ông có thể chấm dứt ở đây được rồi đấy."

Nguyễn nói: "Còn một kịch bản khác."

23.

400 lượng vàng (thực chất là vàng 18k) do Thúy Kiều bán mình chuộc cha, một phần làm của hồi môn cho Thúy Vân lấy chồng, phần còn lại giúp cậu út Vương Quan ăn học thành tài. Cùng khởi nghiệp với chức quan huyện như Kim Trọng, nhưng hoạn lộ của Vương Quan có phần trắc trở hơn. Với lý lịch chị làm đĩ, trong quan trường, Vương Quan không được kính trọng, thậm chí bị ngờ vực, mặc dù anh đã cúc cung tận tụy phục vụ triều đình.

Đồng chí trưởng ban tổ chức nhân sự của triều đình bảo Vương Quan thiếu lập trường giai cấp. Quả thật, trong cách ứng xử với nhân dân, bao giờ Vương Quan cũng nhớ đến thân phận chị Thúy Kiều và thảm kịch gia đình của mình. Cái nhân hậu của chàng, vì thế là một lực cản không đáng có của một quan chức chính quyền.

Cho đến năm 2012, Vương Quan vẫn chỉ là một quan huyện của một thành phố cực nam.

Thúc Sinh gặp Vương Quan nói: "Chúng tôi không quên cậu. Cậu vẫn an khang chứ?"

Vương Quan thành thật thưa: "Sức khỏe vẫn tốt nhưng an

khang thì có lẽ không."

Thúc Sinh vờ vịt: "Sao thế? Cậu không có gì hài lòng?"

Vương Quan nói: "Ơn mưa móc của triều đình, cuộc sống của tôi cũng thỏa đáng."

Thúc Sinh nói: "Tôi hy vọng cậu không còn phiền muộn. Việc của Thúy Kiều xưa kia, dù sao cũng đã là quá khứ."

Vương Quan chua chát: "Vâng, hiện tại cũng không khác mấy."

Thúc Sinh nói: "Đây chính là lý do tôi tìm gặp cậu."

Vương Quan: "Tôi xin lĩnh giáo."

Thúc Sinh: "Chắc cậu cũng đã biết, tình hình đang rối tung rối mù. Thù trong giặc ngoài lăm le, chỉ cần một ngọn lửa nhỏ cũng có thể làm bùng cháy thiêu đốt cả chế độ. Uy tín của triều đình không còn. Một là chúng ta phải tự thay đổi, hai là dân chúng sẽ lật đổ chúng ta. Theo cậu, phương án nào tốt nhất để thoát ra khỏi tình cảnh này?"

Vương Quan nói: "Tôi chỉ là một chức quan nhỏ. Không dám lạm bàn."

Thúc Sinh bảo: "Nói thật với cậu, trong mọi tầng lớp cán bộ lãnh đạo của chúng ta hôm nay, không một ai không nhúng chàm. Người duy nhất có bàn tay sạch là cậu. Cậu chính là giải pháp để tái tạo niềm tin trong dân chúng. Vì thế, chúng tôi sẽ đưa cậu về trung ương. Mong cậu nhận lời kỳ vọng của toàn thể triều đình."

Vương Quan thẳng thắn: "Làm bung xung cho các bác à?"

Thúc Sinh: "Thượng phương bảo kiếm sẽ được giao cho cậu."

Vương Quan: "Thượng phương bảo kiếm để chém Hồ Tôn Hiến, Mã Giám Sinh, Sở Khanh... hay chém gió, hoặc để chém nhân dân?"

Thúc Sinh bình tĩnh nói: "Cậu đã đi đúng vào tâm điểm của

vấn đề. Và chắc chắn cậu biết, chúng ta không thể chém bất cứ ai trong số đó. Thượng phương bảo kiếm chỉ là một biểu tượng thôi mà."

Vương Quan: "Vậy thì tôi sẽ phải sử dụng thượng phương bảo kiếm như thế nào?"

Thúc Sinh: "Đây là một kịch bản phức tạp. Chúng ta trước hết cần tự bảo vệ mình, bảo vệ chế độ, sau đó làm hài lòng dân chúng, hóa giải mọi chống đối của bọn dân chủ."

Vương Quan: "Một chế độ không Hồ Tôn Hiến nhưng vẫn là Hồ Tôn Hiến?"

Thúc Sinh: "Gần đúng như thế. Nhưng chúng ta không thể thuyết phục Hồ Tôn Hiến từ chức."

Vương Quan: "Vậy thì chẳng làm gì được. Không có hy sinh thì không giải quyết gì được."

Thúc Sinh: "Bản lĩnh của chúng ta, sự khôn khéo của chúng ta, sự nghiệp của chúng ta không cho phép chúng ta thua cuộc."

Vương Quan: "Vai trò của tôi ở chỗ nào?"

Thúc Sinh: "Chúng tôi không cần cậu phải làm gì. Vai trò của cậu sẽ là biểu tượng cho sự thay đổi."

Vương Quan được đưa về trung ương với chức vụ Trưởng ban Thanh tra quốc gia. Ra mắt báo chí, Vương Quan nói: "Tôi đến để làm sạch sẽ ngôi nhà chung của chúng ta. Tất cả những ai bôi bẩn ngôi nhà sẽ bị trừng phạt."

Anh được tán thưởng, nhưng cũng không ai kỳ vọng gì ở anh. Bởi ai cũng biết, sự dơ bẩn của căn nhà do bản chất của các chất liệu xây dựng nên nó, vì thế không thể lau chùi, chỉ có một cách duy nhất là đập đổ nó và xây lại bằng các chất liệu khác.

Ngôi nhà chung ấy càng lúc càng bốc mùi hôi thối.

Vương Quan gặp Thúc Sinh nói: "Tôi không thể chịu đựng nổi cái mùi của nó."

Thúc Sinh bảo: "Không phải chỉ có cậu không chịu đựng nổi. Ngoài kia, dân chúng cũng không chịu đựng nổi. Họ đang cầm đuốc chạy đến và đòi đốt nhà của chúng ta."

Vương Quan nói: "Và chúng ta sẽ chết cháy theo nó?"

Thúc Sinh bảo: "Không, đây là lúc cậu phải hành động."

Vương Quan cười nhạt: "Tôi có thể làm gì?"

Thúc Sinh bảo: "Cậu hãy giương thượng phương bảo kiếm lên, chúng tôi ủng hộ cậu."

Vương Quan đến gặp Kim Trọng: "Tôi cần anh giúp đỡ."

Kim Trọng hỏi: "Chuyện gì?"

Vương Quan nói: "Đây là chuyện trong nhà, nếu anh không đồng ý thì coi như tôi chưa nói gì với anh. Nhưng tôi hy vọng anh sẽ cộng tác. Như anh biết, tôi vẫn ấm ức về vụ chị Thúy Kiều xưa kia. Nỗi đau của anh cũng như nỗi nhục của gia đình chúng ta đến lúc cần phải được thanh tẩy. Hơn nữa, dân chúng cũng đang nổi loạn, đây là cơ hội để chúng ta rửa hận. Hồ Tôn Hiến và Mã Giám Sinh phải bị quăng vào lửa. Ngay trước khi tôi công bố tội trạng của chúng, anh phải bắt được cả hai. Nếu thất bại, anh biết hậu quả sẽ ra sao..."

Kim Trọng nói: "Trong thế tương quan lực lượng hiện nay, chỉ có thể hạ bệ Hồ Tôn Hiến được thôi. Đụng đến Mã Giám Sinh, chúng ta sẽ đụng đến toàn bộ hệ thống."

Vương Quan bảo: "Thôi thế cũng được. Thằng Mã Giám Sinh tính sau."

Dựa trên biên bản thanh tra quốc gia, Hồ Tôn Hiến đã bị Quốc hội phế truất và Viện Kiểm sát Tối cao truy tố về tội lạm quyền gây hậu quả nghiêm trọng đối với nền kinh tế quốc gia và an ninh tổ quốc.

Trước ngày xảy ra phiên tòa xét xử Hồ Tôn Hiến, Mã Giám Sinh vào trại giam đưa cho Hồ Tôn Hiến một chai thuốc độc.

Mã Giám Sinh hỏi: "Ông còn nhớ cái bùa chú mật tông thỉnh từ Tây Tạng trên cục đá mẹ ở Đền Hùng và 2301 cục đá con xuyên Việt không?"

Hồ Tôn Hiến nói: "Nhớ. Mày đã đánh tráo nó?"

Mã Giám Sinh bảo: "Phải. Muôn năm trường trị là của Mã Giám Sinh chứ không phải Hồ Tôn Hiến."

Nghe xong, Hồ Tôn Hiến hộc máu tung tóe, tim ngừng đập. Tuy nhiên, Mã Giám Sinh vẫn đổ hết chai thuốc độc vào miệng Hồ Tôn Hiến.

Lịch sử ghi: Năm Gia Tĩnh thứ 43 (1565), Hồ Tôn Hiến bị bắt giam. Đến ngày 3 tháng 11 năm ấy, Hồ Tôn Hiến uất ức tự vẫn, chết trong ngục.

(Vĩ thanh)
& PHẦN CÒN LẠI Ở ĐỜI SAU

Người ta tìm thấy thằng cu, cái hĩm trong rừng Mỹ Sơn vào khoảng những năm cuối thế kỷ 19, khi chúng đã hóa đá sau hàng ngàn năm ngất xỉu từ một cú đâm thấu suốt vào nhau. Cuộc ngộ nạn tuyệt đối này thật ra đã có một lịch sử rất lâu hơn thế, và nó mang lại cho con người một niềm cảm hứng nghệ thuật và tôn giáo bất tận. Nhưng mặc kệ các loại nghệ thuật và tôn giáo, thằng cu – cái hĩm đã đi xuống âm phủ và ở đó chúng tìm thấy linh hồn của mình.

Các nhà phục chế của thực dân Pháp đã đến Mỹ Sơn và họ làm sống lại cái thể xác của thằng cu – cái hĩm. Nhưng các nghi thức thần thánh để con người vươn tới cực lạc và viên mãn đã vĩnh viễn không còn nữa. Sự giao hoan của con người trở thành hoài niệm và chìm đắm trong thời gian.

Tôi từ dưới đất chui ra và đi tìm một cái lỗ huyệt để chui vào. Ở Mỹ Sơn, những cái lỗ huyệt được kính trọng như những vật thể hiển linh. Nó cai quản mùa màng nhưng việc cúng tế trời đất lại được giao cho những thằng cu như tôi. Vì thế, những thằng cu lại trở thành quan trọng như những phúc lộc của thiên nhiên ban tặng cho con người. Ở Mỹ Sơn, chúng tôi ăn ngủ, chăn nuôi súc vật, gieo trồng và thánh chiến. Chúng tôi luôn luôn thánh chiến. Chúng tôi gọi là thánh chiến mọi cuộc tranh dành và chiếm hữu. Đất đai và nô lệ. Tập thể và cá nhân. Kể cả với một cái hĩm hay thằng cu.

Thằng cu, bản chất là một cây gươm. Tôi được sinh ra từ một cái lỗ huyệt sau một buổi tế lễ của cha mẹ. Tuy nhiên, tôi luôn luôn là một đứa bé mồ côi. Và tôi hồi hướng đấng sinh thành bằng cách đi tìm cái lỗ huyệt của mình. Tri ân và phụng hiến. Cuộc thánh chiến của tôi vì thế cũng là một truy vấn về căn nguyên và cứu cánh tôi. Nhưng tại sao chúng tôi lại tàn lụi như những phế tích, khi chúng tôi luôn luôn thánh chiến? Đó là một câu hỏi không ngừng ám ảnh tôi.

Tôi xuống âm phủ.

Âm phủ giống như cái cối xay đá. Tất cả mọi linh hồn đều bị chà xát bởi một bóng tối. Tất cả mọi thiền định đều dối trá. Mọi minh triết đều lừa đảo. Khi linh hồn tan ra, chủ nghĩa duy mỹ tụng kinh gõ mõ. Tôi bước từng bước trong cái rãnh của cối xay đá, lập ngôn cho tôi.

Tôi nói "Đây là tôi". Tức thì, những giọt máu văng tung tóe và lóng lánh âm vang "Đây là... Đây là...". Những bóng ma xuất hiện và chúng đầy chật tôi. Âm phủ lúc ấy chỉ là những phóng ảnh của tôi. Bọn chúng không mang số tù và hỗn độn bốc mùi.

Âm phủ hay háng có khi là một, có khi là nhiều và tách bạch nhau.

Ở đây, các loại ngôn ngữ khác biệt trở nên phổ quát. Vì thế "Háng" sẽ được viết là "Hang" trên tấm bảng chỉ đường và có thể hiểu theo cả nghĩa tiếng Anh lẫn tiếng Việt. Nó mặc định nơi chốn và tình trạng. Trước hết, nó là một cái hang và hình thái của nó là treo, móc, bị treo, nhưng cũng là đi dong... đồng thời biểu hiện cách làm, cách treo, dốc, đường dốc, khái niệm, sửa lại cho vừa... Theo cách ấy, âm phủ là nơi con người bị treo trong hang/háng nhưng đối với tôi, háng hay hang đều biểu thị một âm tính mạnh mẽ.

Tôi phân vân không biết nên đi về háng của những Đồ Chiểu, Nguyễn Du, Hồ Xuân Hương, Đoàn Thị Điểm, Trần Thủ

Độ, Lý Công Uẩn, Nguyễn Huệ... hay háng của Kiều Nguyệt Nga, Thúy Kiều, Thị Nở, Cúc Hoa...

Tôi nhắm mắt để chảy tự nhiên về nơi tôi sẽ phải tới.

Một cái hĩm non hỏi: "Anh có thấy đôi mắt em buồn không?"

Tôi bảo: "Buồn ngược với cái miệng rất tươi của em."

Hĩm non giải thích: "Vì đôi mắt em nhìn mưa."

Bất chợt tôi sến chảy nước nhìn thấy toàn bộ cái hĩm ấy là một cơn mưa. Cái cổ dài ba ngấn ngóng mưa. Tóc ướt mưa. Đôi môi ngậm mưa. Đôi tai mỏng nghe mưa. Cánh mũi phập phồng mưa.

Hĩm non nói tiếp: "Sâu thẳm."

Tôi hơi bất ngờ. Đôi mắt em nhìn mưa sâu thẳm. Tôi điên cuồng nói: "Anh muốn mưa vào em."

Hĩm non bảo: "Thì cứ mưa đi."

Tôi ngày ngày xách dái chạy rông bị treo giữa cơn mưa. Và dầm mưa cho đến khi rơi xuống âm phủ.

Đó là một cái háng đang ầm ì rung động bởi rất nhiều linh hồn hoang dại. Tôi nhìn thấy đầu tiên là một đôi mắt sáng như mắt mèo, bởi vì hắn đang nhìn tôi như thể hỏi: "Mày từ đâu tới?" Đó là một thằng cu bạc phếch.

Tôi hỏi lại: "Xuống đây cũng buộc phải khai báo sao?"

Hắn rung hàm râu: "Đây là háng trình báo."

Tôi nhủ thầm, đéo ở đâu thoát. Tuy nhiên, tôi trả lời: "Tôi từ một cái hĩm non."

Thằng cu già tỏ ra thân thiện hơn: "Tốt. Rất tốt. Một vĩnh hằng đáng kính. Một bác kính yêu."

Tôi hỏi hắn: "Còn ông?"

Cu già rung hàm râu như thể hắn chỉ là một hàm râu: "Tao

từ một cái hĩm ngoại."

"Tuyệt chứ?"

"Tao tôn thờ."

Tôi nôn nóng muốn biết mình sẽ phải đến chỗ nào, hỏi: "Tôi sẽ phải đi đâu nữa?"

Hắn bảo: "Cứ ở đây chờ."

Tôi hỏi: "Bao lâu?"

Cu già rung lắc hàm râu mạnh hơn, nói: "Không biết. Không ai biết."

Tôi tiếp tục hỏi: "Tôi phải trình báo ai?"

Lão tỏ vẻ sợ hãi: "Không biết. Không ai biết."

Tôi hỏi: "Ông gặp Diêm vương chưa?"

"Chưa. Tao không muốn gặp."

Không biết tự bao giờ một bộ lông rất rậm đứng cạnh tôi, nói: "Mày muốn kết thúc sớm à? Đừng ngu. Hãy giữ cho mình niềm hy vọng."

Tôi nhận ra đó là một cái hĩm ngoại bóng mượt vì được tôn thờ. Tôi nghĩ, còn hy vọng cái con mẹ gì ở thế giới này. Tôi làm quen với mụ: "Em đã ở đây bao lâu?"

Mụ nói: "Ở đây không có thời gian, mặc dù vẫn có sáng - tối." Rồi mụ khuyên tôi: "Tốt nhất là tự tìm lấy một chỗ rồi treo lên."

Tôi đi vòng quanh và nhận ra có nhiều khuôn mặt quen, nhưng không một ai tỏ ra vui mừng hay một thái độ nào đó cho sự gặp gỡ này, như thể một người lạ và việc có tôi hay không cũng không có gì khác.

Bất ngờ tôi nghe thấy tiếng ca vọng cổ từ đâu đó vọng lại. Tôi đi về phía xa xăm. Tuy không có bảng địa chỉ, nhưng tôi vẫn nhận biết được đó là háng Nguyễn Đình Chiểu. Tôi bước vào, Nguyễn

Đình Chiểu đang treo ở một cái hõm cao nhất, xung quanh là Lục Vân Tiên, Kiều Nguyệt Nga, Bùi Kiệm... và cả những nghĩa sĩ Cần Giuộc. Cao Văn Lầu đang đánh đàn nguyệt. Tôi biết Nguyễn Đình Chiểu đã bị mù từ khi còn trên dương thế, nhưng tôi biết là ông ta nhìn thấy tôi.

Tôi là kẻ vãng lai.

"Gặp đây đương lúc giữa đàng,

Của tiền chẳng có bạc vàng cũng không.

Gắm câu báo đức thù công,

Lấy chi cho phỉ tấm lòng cùng ngươi..."

Tôi nhận biết Kiều Nguyệt Nga đang nói với mình. Tôi không ân oán gì với Nguyệt Nga hay Nguyễn Đình Chiểu. Tôi hỏi một nghĩa sĩ đang treo gần chỗ tôi đứng nhất: "Hình như có sự nhầm lẫn nào đó phải không?"

Ngài cu đen nói: "Cô ấy đang nói với ông đấy..."

Tôi không hiểu và không biết phải nói sao. Giữa lúc ấy, Nguyễn Đình Chiểu lên tiếng: "Tất cả bọn tui chào chú. Bọn tui bao giờ cũng tôn trọng nhân nghĩa, vì thế, Kiều Nguyệt Nga muốn giãi bày sự tri ân của một nhân vật tiểu thuyết với một nhà văn như chú".

Chết mẹ tôi rồi, tôi muốn khóc thét, nhân quả nhãn tiền. Tôi nói: "Dạ, không dám. Thiệt tình không dám. Tôi chỉ là kẻ vãng lai."

Lục Vân Tiên nhảy ngang vào nói theo kiểu giang hồ Nam bộ: "Nếu ông bạn vui lòng, hãy ở lại với chúng tôi."

Không đặng. Không đặng. Tôi la lên. Tôi sẽ yêu Kiều Nguyệt Nga và làm mích lòng Lục Vân Tiên. Tôi phải bỏ chạy. Vĩnh viễn bỏ chạy khỏi các nhân vật kiều diễm.

Tôi nói với Lục Vân Tiên: "Đa tạ đại huynh, tôi không muốn bị treo giữa sự ngang trái."

Lục Vân Tiên ôn tồn bảo: "Thế giới đã thay đổi. Chúng tôi tuy hoài cổ nhưng không câu nệ. Ông bạn không nghe dân gian truyền miệng Vân Tiên nấp dưới bụi môn, đợi khi trăng lặn rờ... lưng Nguyệt Nga sao? Khi trăng lặn, mọi điều đều có thể."

Tôi cười, hỏi: "Thế còn cụ Đồ Chiểu?"

Vân Tiên cũng cười: "Cụ đang viết một cuốn sách khác, Lục Vân Tiên dị bản để gần với nhân dân hơn."

Ở đây, bao giờ trăng cũng lặn.

Tôi nhìn Kiều Nguyệt Nga diễm lệ đoan trang. Và tôi ở lại. Các nghĩa sĩ Cần Giuộc rót cho tôi một ly rượu đế Gò Đen. Bình sinh tôi không biết uống rượu, nhưng tôi chết rồi, say cũng chẳng hề chi. Tôi cùng mọi người nâng ly uống cạn. Tôi lại nhìn Kiều Nguyệt Nga, chính xác là hím Kiều Nguyệt Nga. Trăng lặn. Hím Kiều Nguyệt Nga tiếp tục ca vọng cổ. Tôi bắt đầu một dị bản khác về các nhân vật của cụ Đồ Chiểu. Tôi đến gần Kiều Nguyệt Nga bằng cách treo mình bên cạnh nữ tỳ Kim Liên của nàng. Một mùi hương lạ phảng phất, tôi khao khát đón lấy, không phân biệt được là mùi của Kim Liên hay Nguyệt Nga. Đây là cách tôi có thể đi sâu vào bản thể của cái nõn nường muôn thuở.

Ngài cu đen đáng kính sử dụng song loan giữ nhịp cho Kiều Nguyệt Nga dường như cũng nghe được nhịp thở của tôi. Mỗi một tiếng "cốp" vang lên là một lần tôi đứt hơi. Tôi chợt nhận ra đây là một quần thể hợp nhất mà một người khác như tôi không nên bước vào, cho dù họ rất hiếu khách. Đó là những kẻ thánh chiến. Cuộc trường chinh của họ mang âm sắc rêu phong, nhưng lại quá quyết liệt. Làm sao tôi có thể buông thả mình mà không gây ngộ nhận và tử thương. Mùi của Kim Liên và Nguyệt Nga vẫn quyến rũ tôi. Văn dĩ tải đạo bóp cổ, bịt mũi tôi. Nguyễn Đình Chiểu giành lấy song loan và ông gõ nhịp nhân từ giải thoát tôi. Đạo lý đích thực không phải giáo điều. Tôi nhìn cái đẹp lung linh. Trăng lặn. Hím

Kiều Nguyệt Nga đổ một cơn mưa ngọt ngào.

Tôi đã từng một lần vào sâu trong miệt vườn ở Cà Mau. Trong căn chòi của người đàn bà góa, tôi thấy một khạp rượu lớn. Những căn chòi khắp Nam bộ, rượu chảy lênh láng. Ngài cu đen nghĩa sĩ Cần Giuộc tiếp tục rót rượu cho tôi. Và tôi, kẻ vãng lai say rượu mượn lời ong bướm ca cải lương với hĩm Kim Liên và Nguyệt Nga về sự xa vắng của tinh trùng. Cho đến khi tất cả đều say, trạng thái treo trở nên lắc lẻo và cái khát vọng giao hợp hoàn toàn trở thành trống rỗng xuyên qua cái trống rỗng của Kim Liên và Nguyệt Nga. Tôi nói tôi đi chết đây.

"Hỡi các linh hồn,

Chúng ta muốn sung sướng, chúng ta phải chịu nhục. Nhưng chúng ta càng chịu nhục, bọn cường hào càng hung hãn ác độc, vì chúng quyết bắt ta làm nô lệ muôn kiếp.

Không! Chúng ta thà mất tất cả, chứ chúng ta không chịu mất dái, nhất định không để bọn chúng thiến chúng ta như những củ hành.

Hỡi các linh hồn,

Chúng ta phải giương súng lên.

Bất kỳ nam phụ lão ấu, không phân biệt đẳng phái hay giai cấp, muốn sướng chúng ta phải chiến đấu. Ai có cu dùng cu, ai có hĩm dùng hĩm. Ai không thích dùng cu hay hĩm thì dùng miệng. Chúng ta nhất định phải sướng cho bằng được.

Giờ hành động đã đến. Tôi kêu gọi mọi linh hồn không treo mình nữa.

Âm phủ muôn năm..."

Tôi nghe ra giọng Chí Phèo. Quả thật bất ngờ, âm phủ đã làm hắn tỉnh rượu. Và hắn làm cách mạng. Chí Phèo đứng trên một bục cao được dựng lên bởi những cái bóng, hắn nói sùi bọt mép. Cho dù tôi chưa bao giờ ngưỡng mộ Chí Phèo hay Nam Cao, nhưng tôi tin rằng những người nổi tiếng luôn biết cách để nổi tiếng cho dù họ ở bất cứ đâu. Đám quần chúng các linh hồn man rợ hò reo theo hắn, âm phủ muôn năm, sung sướng muôn năm... Rồi họ xông vào các háng và đè nhau ra. Cách mạng tất có đổ máu và chửi rủa. Cách mạng tràn ngập tiếng rên. Cách mạng tất có bên thắng cuộc, bên thua cuộc. Cách mạng không phải là hòa giải hay hòa hợp. Trên dưới đảo lộn. Giữa lúc Chí Phèo chưa biết làm gì khác ngoài việc khẳng định sự nằm trên của mình, thì Xuân Tóc Đỏ xuất hiện. Kẻ bao giờ cũng đến đúng lúc.

Hắn nói: "Vô sản âm phủ hãy đoàn kết lại, hãy giành lấy chính quyền."

Chí Phèo trong lúc tự sướng cũng vẫn còn tỉnh táo nói: "Ai cho mày chõ mõm vào đây? Chính quyền tao đã cướp được rồi thì không nhường cho ai nữa."

Xuân Tóc Đỏ đổi giọng: "Thưa đồng chí Chí Phèo kính mến, ý em chỉ là chúng ta phải đoàn kết để cùng chia chiến lợi phẩm."

Chí Phèo cười nhạt: "Bà Phó Đoan của mày tao không giành. Toàn thể hĩm các loại thuộc về nhân dân, do nhân dân và vì nhân dân. Hiểu chửa?"

Xuân Tóc Đỏ cười cầu tài: "Vâng thưa đồng chí Chí Phèo kính yêu, em hiểu. Đồng chí phân phối vĩ đại. Em phục vụ đồng chí."

Chí Phèo hỏi: "Mày muốn gì?"

Xuân Tóc Đỏ xum xoe: "Thưa đồng chí Chí Phèo kính mến, dạ xin đồng chí cho em một xuất Kiều Nguyệt Nga trang đài được không ạ?"

Chí Phèo lớn tiếng: "Làm cách mạng thì không được phong kiến. Mày cần học tập tấm gương Chí Phèo kính yêu là trung thành với lập trường giai cấp."

Tôi bất giác nhìn lên đỉnh háng. Thị Nở và những cái hĩm thâm đen được gọi là vợ nhặt đang mấp máy gợi tình. Tất cả họ đều sẵn sàng chơi không sợ hết hơi.

Tôi nghe tiếng bà Phó Đoan nói nhỏ: "Đây không phải là chỗ của chúng ta. Ông Vũ Trọng Phụng đang chờ anh."

Tôi theo bà Phó Đoan đến háng Vũ Trọng Phụng. Ông Phụng ho sù sụ. Ông chết trẻ nhưng nhìn hom hem như một cành khô bạc phếch trong sương muối. Tôi cúi đầu chào. Ông lắc cu bảo đừng trịnh trọng làm gì. Sự thế của tất cả chúng ta chỉ là cu và hĩm trong háng tăm tối.

"Cậu đừng chờ đợi. Văn chương không phải là cái để chờ đợi. Hoặc là cậu vứt nó đi, hay là cậu treo nó vào háng."

Tôi nói: "Tôi để nó ở trần gian. Vấn đề tôi muốn hỏi ông là các linh hồn chờ đợi gì ở âm phủ?"

Vũ Trọng Phụng trầm ngâm: "Thật ra, tôi cũng không biết."

Tôi lại hỏi: "Những người làm chính trị như ông Trần Thủ Độ có biết không?"

Vũ Trọng Phụng bảo: "Tôi không thấy Trần Thủ Độ ở đây."

Tôi hỏi: "Có thể hiểu thế nào về cuộc cách mạng của Chí Phèo?"

"Làm gì có cuộc cách mạng nào. Đấy chỉ là huyễn tượng thôi. Cậu đừng tin những gì cậu nhìn thấy ở đây".

"Kể cả đám đờn ca tài tử của Cao Văn Lầu?"

Vũ Trọng Phụng gật đầu: "Đấy là lý do tôi muốn gặp cậu".

Tôi thầm hỏi, Vũ Trọng Phụng này là ai? Vũ Trọng Phụng nói: "Cậu cũng không cần quan tâm tôi là ai. Bản chất của chúng ta là trong suốt. Sự hình thành nên mỗi cá nhân là vay mượn. Có một sự bí ẩn ở đây là bỗng nhiên một ai đó biến mất một cách tuyệt đối, nghĩa là không còn gì kể cả trong ký ức của những người còn lại, nhưng nó không thường xuyên và tất yếu như cái chết ở dương gian."

Tôi nói: "Phải chăng đó chính là điều chờ đợi?"

Vũ Trọng Phụng bảo: "Không. Đây là nơi tận cùng rồi, vì thế cảm thức chờ đợi không có".

Tôi nói: "Chúng ta vẫn đang sống".

Vũ Trọng Phụng bảo: "Chúng ta đang chết".

Đồng chí Chí Phèo kính yêu đến. Ngài dõng dạc nói: "Nhân danh ước muốn của giai cấp vô sản, tao tuyên bố: Từ nay, tất cả các háng cá thể phải vào hợp tác xã. Để tiến nhanh tiến mạnh lên chủ nghĩa tập thể, mọi cu và hĩm phải thuộc về sở hữu toàn dân. Ai thích cu dùng cu, ai thích hĩm dùng hĩm, ai vừa thích cu vừa thích hĩm thì cứ dùng cả hai. Cống hiến theo năng lực, hưởng thụ theo nhu cầu. Không ai được quyền từ chối người khác. Vì từ chối người khác là ích kỷ tư hữu xấu xa, thiếu quyết tâm cách mạng, không có tình yêu thương đồng loại. Để quyết định này được thi hành triệt để, tất cả mọi hĩm và cu được đặt dưới sự lãnh đạo của tao và các đồng chí của tao."

Cuộc cách mạng của Chí Phèo và đồng bọn làm rung chuyển âm phủ. Linh hồn nào chống đối hoặc có ý định chống đối đều bị khép tội phản động và bị Chí Phèo đích thân hãm hiếp. Chí Phèo nói với tôi: "Không có ngoại lệ cho các nhà văn. Cho dù ông có một kịch bản khác."

Từ đó, các háng trong âm phủ được đổi tên theo nhóm: Đồng tính nam, đồng tính nữ, dị tính, lưỡng tính và chuyển giới. Muốn di chuyển từ háng này qua háng kia phải có giấy phép tạm vắng và tạm trú do Ban điều hành háng cấp. Âm phủ không chấp nhận bọn ngoài luồng, vô chính phủ. Nhưng nói cho công bằng, âm phủ cũng khá tiện nghi, phục vụ mọi lợi ích và nhu cầu. Tôi bị dồn vào háng dị tính theo một dòng chảy tự nhiên, nhưng để được hưởng thụ theo nhu cầu, tôi thường xuyên làm đơn xin tạm trú trong háng hĩm lưỡng tính. Thật ra tôi cũng không biết khi chứng kiến cảnh các hĩm làm việc với một thằng cu khác thì tôi có tởm không, nhưng tôi thích các hĩm vừa làm việc với nhau vừa làm việc với tôi. Đó là một cảnh tượng hài hòa, nếu chỉ có một thằng cu duy nhất là tôi. Nhưng cuộc cách mạng sở hữu toàn dân này không cho phép tôi độc quyền hưởng thụ theo kiểu phong kiến. Chia sẻ với người khác là một lý tưởng. Ở háng được gọi là B (bisexual), tôi hoàn toàn sung sướng với các hĩm song trùng nhị bội, nhưng sẵn sàng bỏ chạy khi những thằng cu tồng ngồng nham nhở khác đòi chung đụng. Tôi không thể nào làm quen được với tính tập thể của lý tưởng vô sản. Tôi luôn luôn cảm thấy bị xúc phạm.

Tôi gặp lại cả Lục Vân Tiên và Kiều Nguyệt Nga, Kim Liên trong háng B. Cuộc cách mạng sở hữu toàn dân của Chí Phèo đã giải phóng Kim Liên khỏi thân phận nô tỳ và nâng nàng lên bình đẳng với Nguyệt Nga cũng như Lục Vân Tiên.

Tôi hỏi Lục Vân Tiên: "Ông chấp nhận sự lãnh đạo của Chí Phèo sao?"

Lục Vân Tiên cười buồn: "Ngày xưa tôi có thể đánh tan bọn giặc cướp Phong Lai dễ dàng, nhưng với bọn cặn bã Chí Phèo thì quân tử Tàu Lục Vân Tiên đành qui hàng cho lành."

Và Lục Vân Tiên tiếp tục đờn ca tài tử vui thú điền viên với hai hĩm Kim Liên và Nguyệt Nga để huề sinh thái. Vì là hợp tác xã, tôi cũng hương đồng cỏ nội với Nguyệt Nga và Kim Liên. Tôi rất thích cảnh Kim Liên và Nguyệt Nga phục vụ nhau. Từ tốn nhưng ngây ngất. Kim Liên và Nguyệt Nga cũng phục vụ tôi như tôi phục vụ họ. Tuy nhiên, tôi thường tránh mặt Lục Vân Tiên khi vui chơi với hai nàng bằng cách chúng tôi treo nhau theo chiều thẳng đứng.

Sự vô tận của thời gian phía trước và thời gian phía sau cho phép chúng tôi sống/chết không hối tiếc. Thỉnh thoảng Chí Phèo và đồng bọn lại ra một nghị quyết mới tùy theo những cảm xúc của chúng. Mỗi lần như thế, mỗi háng lại có một buổi học tập qui định mới theo kiểu thực hành tại chỗ. Chẳng có linh hồn nào không thông suốt. Nghị quyết mới nhất được ban hành sau khi Chí Phèo phát hiện ra lỗ tai là nơi có nhiều xúc cảm hơn bất kỳ chỗ nào trên mặt. Theo đó, từ nay qui định mọi giao tiếp giao tình chỉ được thực hiện thông qua lỗ tai. Qui định này được các linh hồn vốn là nhà thơ hưởng ứng nhiệt liệt. Họ sáng tác đủ kiểu đường mật để làm mẫu mã cho các loại giao hợp. Mỗi háng được tăng cường thêm 3 cái loa đặt ở bốn góc để tăng mật độ và cường độ cho sự thụ hưởng của lỗ tai. Các nhà thơ luôn tìm cách chiếm diễn đàn cứ như thể nếu không được tán tỉnh thì các nhà thơ sẽ ngáp. Nhưng cạnh tranh với các nhà thơ khốc liệt nhất lại là Chí Phèo. Đồng chí Chí Phèo kính yêu được dịp không chỉ chửi cả làng Vũ Đại mà chửi tuốt hết ba nghìn thế giới. Tôi vốn thích nói tục khi làm tình nhưng vẫn bị mất hứng vì nhịp độ chửi tục của Chí Phèo thường làm tôi lỡ nhịp ở những giây phút quyết định khi lên đỉnh cao. Vì thế tôi thường liếm tai Nguyệt Nga và thay cho những lời nói phấn khích hoặc đọc thơ là những hơi gió nhẹ nhàng tôi thổi vào tai Kim Liên.

Những buổi học tập thực hiện nghị quyết đôi khi rất vui, đặc biệt khi nhái giọng lãnh tụ Chí Phèo hoặc các nhà thơ để rót vào tai thính giả.

Những nghị quyết của tập đoàn Chí Phèo không phải lúc nào cũng vô lý và ngớ ngẩn như bọn xấu mồm nói. Một thành công bất ngờ của nghị quyết buộc mọi linh hồn phải thể hiện cảm xúc bằng lỗ tai đã nâng tầm nghệ thuật tuyên truyền lên một đỉnh cao mới. Mọi chống đối hoặc bất mãn bỗng biến mất. Một bầu khí thuần thành và lãng mạn lan tỏa khắp các háng. Mọi nỗi niềm được chia sẻ. Nhưng một hôm gặp Vũ Trọng Phụng trong háng bà Phó Đoan, tôi nghe ông nói: "Đừng tin bọn này, chúng nó ru ngủ các linh hồn đấy."

Cuộc cách mạng của Chí Phèo không ngừng ở chỗ áp đặt ý muốn của mình lên người khác mà quan trọng nhất, hắn nhận ra tầm quan trọng của chính mình và muốn xiển dương điều ấy. Chí Phèo cho lập Ủy ban Tuyên truyền Giáo dục, gọi tắt là Ban Tuyên dục có nhiệm vụ thúc đẩy mọi linh hồn tôn thờ đức hạnh của hắn. Từ ấy, câu nói cửa miệng của tất cả thằng cu cái hĩm là "Nhờ ơn lãnh tụ Chí Phèo kính mến mà chúng tôi được thoải mái như hôm nay".

Dưới Ban Tuyên dục có các tiểu ban hoạt động trong các háng bên cạnh các ban ngành đoàn thể khác. Các tiểu ban này kiểm soát tư tưởng văn hóa của mọi thằng cu cái hĩm.

Từ ấy, các nhà thơ thi nhau làm thơ ca tụng sự vĩ đại của Chí Phèo. Và Chí Phèo càng ngày càng cảm thấy mình vĩ đại thật. Tôi cũng nhận thấy Chí Phèo phát tướng ra. Từ một anh vô sản dưới đáy hom hem dơ bẩn, Chí Phèo bỗng phương phi nhân hậu như một ngài chí thánh. Hình ảnh của Chí Phèo được treo khắp nơi. Xúc phạm Chí Phèo là một trọng tội. Xả thân vì Chí Phèo hay gìn giữ ảnh tượng Chí Phèo đều là những hành động được tuyên dương.

Từ ấy, tôi không bao giờ được diễm phúc đến gần ngài. Ngài sợ các thế lực thù địch ám sát, mặc dù dưới âm phủ không ai chết thêm lần nữa.

Làm gì cho qua thời gian? Xưng tụng Chí Phèo là một niềm vui bất diệt. Xưng tụng lẫn nhau là một phẩm hạnh cao quí. Một cái đẹp tuyệt đối là mình vì mọi người, mọi người vì mình. Cu và hĩm luôn sẵn sàng. Các triết gia thất nghiệp vì tư tưởng đã kết thúc ở đây. Mọi sáng tạo hay suy tưởng không xuất phát từ lãnh tụ Chí Phèo anh minh đều nhảm nhí và đáng bị lên án. Bởi thế, văn nghệ sĩ các loại gặp nhau chỉ để nhậu. Để được kính trọng, họ tán dương lẫn nhau về khả năng phóng tinh hay độ ướt của hĩm.

Tôi tìm niềm vui của mình trong háng Kiều Nguyệt Nga diễm lệ và Kim Liên hoang dại. Những cuộc gặp gỡ với Nguyễn Đình Chiểu hay Vũ Trọng Phụng rất hãn hữu, vì tất cả chúng tôi đều không muốn bị phiền hà bởi Ban Tuyên dục.

Tôi không biết điều gì đã thúc đẩy tôi một hôm đi sâu vào bên trong, nơi tôi không nghe bất cứ ai nói về nó.

Tôi từng hỏi Vũ Trọng Phụng: "Ông đã bao giờ đi tới cuối háng chưa?"

Vũ Trọng Phụng nói: "Tôi chưa bao giờ nghĩ đến điều ấy."

Tôi lại hỏi: "Có thể có thiên đàng ở phía sau háng chăng?"

Vũ Trọng Phụng trả lời: "Tôi cũng chưa bao giờ nghĩ về điều ấy."

Rồi tôi nhớ lại khứa lão đầu tiên đã gặp khi tôi xuống âm phủ. Lão bảo cứ chờ đợi. Có nghĩa là sẽ còn chuyển hóa hay đến một nơi chốn khác. Nơi khiến cho người này khác người kia hoặc nơi ngụ cư của những linh hồn khác hay thế giới khác. Tôi hỏi Vũ Trọng Phụng có muốn đi với tôi không, ông ấy bảo không có nhu cầu đến một nơi khác, nhưng ông bảo tôi nên đi cùng Xuân Tóc Đỏ.

Xuân Tóc Đỏ vốn là người thông minh giỏi ứng biến và thích nghi được với mọi hoàn cảnh, đi với hắn, tôi yên tâm.

Càng vào sâu trong háng càng tối, nhưng chúng tôi cũng quen dần và có thể nhìn thấy mọi thứ không chỉ bằng mắt mà giống như huệ nhãn, chúng tôi nhìn thấu suốt qua thời gian. Vì thế, chúng tôi nhìn thấy nhiều thể loại và sự chuyển hóa của sống/chết. Tuy nhiên, thế giới dường như bất động và mờ ảo. Tôi không biết đấy có phải là sự phai mờ dần hay không. Điều khủng khiếp nhất không phải là những cảnh nhục hình bởi quỷ dữ mà là sự tương thông giữa trong và ngoài tôi một cách đối nghịch. Nó làm cho sự cảm hoài của tôi trở nên không chịu nổi. Nó soi chiếu qua mọi không gian và thời gian, mọi thực tại. Tôi tự hỏi, phải chăng đây mới chính là địa ngục?

Tôi nhìn qua người đồng hành, một nhân vật tiểu thuyết của Vũ Trọng Phụng, dường như hắn cũng đang bị co kéo bởi các thực tại khác nhau.

Xuân Tóc Đỏ bảo: "Quay lại thôi."

Tôi nhìn lại sau lưng, chỉ là sương khói mù mịt trên vực thẳm, hỏi: "Có cách để quay lại không?"

Hãy nhắm mắt lại. Hãy đóng lại mọi cánh cửa. Đó là cách để chúng mày quay về.

Đúng lúc ấy, tôi nhìn thấy Hồ Tôn Hiến đang gục xuống bên chén thuốc độc. Tôi muốn cứu ông ta. Nhưng tôi bỗng cảm thấy mình rơi xuống cùng với ông ta càng lúc càng nhanh. Tôi tự nhủ hãy nhắm mắt lại, hãy đóng mọi cánh cửa. Và tôi không thấy gì nữa.

Mở mắt ra, ngay khi chưa kịp nhìn ra chung quanh, tôi đã cảm thấy cái mùi quen thuộc của háng B. Kiều Nguyệt Nga đang sờ tai tôi, nàng trách móc: "Anh đã bỏ em."

Tôi nói: "Không, anh không bỏ em hay bất cứ một cái hĩm nào. Anh chỉ muốn đi đến cùng đích."

Kiều Nguyệt Nga bảo: "Không có cùng đích ở bất cứ đâu."

Tôi không tranh luận về việc này bởi tôi biết rằng, tôi sẽ không dừng lại ở đây.

Vũ Trọng Phụng đến tìm tôi, ông nói: "Có thể tìm thấy thiên đàng ở một nơi nào đó."

Tôi cũng tin như vậy và tôi nói: "Một lúc nào đó, tôi sẽ đi tiếp, nhưng Xuân Tóc Đỏ không phải là bạn đồng hành đáng tin cậy của tôi."

Vũ Trọng Phụng bảo: "Bà Phó Đoan cũng là một người thích tìm kiếm. Cậu có thể đi với bà ấy."

Có lẽ tôi sẽ mượn bà ấy.

Trong thời gian chờ đợi, tôi treo mình trong háng B cùng lúc treo trong háng Kiều Nguyệt Nga và Kim Liên. Đây cũng là thời gian Chí Phèo cho tổng kết tình hình thực hiện nghị quyết sống và làm việc bằng lỗ tai. Tất cả mọi thằng cu cái hĩm được tập hợp tại sảnh đường của háng trung tâm. Tôi thấy đủ mọi màu sắc và tiếng nói khác nhau. Các lỗ tai được trang trí đủ kiểu từ cài hoa cho tới xăm trổ hoặc đeo các loại trang sức bằng lửa. Tuy nhiên kiểu trang trí phổ biến nhất vẫn là hình cái lưỡi màu đỏ vẽ từ hai bên má đến sát lỗ tai. Gần như ai cũng đăng ký phát biểu và cũng gần như bài phát biểu nào cũng giống nhau. Biểu tượng của sự nhất trí tuyệt đối, trung thành tuyệt đối và tính tổ chức tuyệt đối. Nội dung chủ yếu đều cảm tạ công đức của lãnh tụ Chí Phèo kính yêu, nhờ ngài mà con người mới biết thế nào là cực lạc. Không được nói và không được nghe là một thiệt thòi lớn. Sau phần tụng ca đến màn đấu tố. Tôi là một trong số ít bị Ban Tuyên dục mang ra phê bình kiểm điểm. Lý do thứ nhất, tôi đã không tuân thủ lệnh thể hiện mối quan hệ xã hội ưu việt từ lưỡi qua lỗ tai mà trực diện phản động từ con cu vào lỗ hĩm. Thứ hai, qua việc vọng tưởng về một thế giới khác, tôi đã để mất niềm tin vào sự lãnh đạo sáng suốt của lãnh tụ Chí Phèo kính yêu. Ban Tuyên dục yêu cầu tôi viết tự kiểm, nhìn nhận sai lầm của mình và thành khẩn sám hối, trong lúc quần chúng các linh hồn tinh tuyển xỉ vả tôi phản cách mạng, phủ nhận mọi thành tựu đáng trân trọng của chế độ và thời đại quang vinh của lãnh tụ Chí Phèo kính yêu.

Tôi sao lục trong ký ức những bản tự kiểm của tất cả các nhà văn khi còn trên dương thế và tôi khám phá được một điều quan trọng: văn học đích thực, bản chất con người và sự phù phiếm xã hội không nằm trong tác phẩm mà được thể hiện sâu sắc trong các bản tự phê bình của họ. Rồi tôi chép lại một bản tự kiểm dài nhất để chứng tỏ tôi thật sự thành khẩn cải tạo. Bản tự kiểm của tôi được đọc trước toàn thể các đẳng linh hồn và tôi được khoan hồng cho ở lại trong háng B. Nhưng chứng nào tật ấy, tôi vẫn thích đút cu vào hĩm hơn là dùng lưỡi liếm lỗ tai. Kim Liên, Kiều Nguyệt Nga và tôi treo mình dưới những tán lá môn và chờ trăng lặn.

Mặt trăng dưới âm phủ thật ra cũng chỉ là bóng của một cái hĩm. Vì thế, khi treo trên bầu trời, trông nó giống như một con diều. Sự vọng dục của các linh hồn làm cho mặt trăng lung linh và chao đảo. Bóng tối do nó toả ra có mùi đất thó và làm cho sự đắm chìm của các linh hồn càng trở nên sâu thẳm. Trong sự trải nghiệm của tôi, sự đắm chìm ấy là một cơn mù khơi khi cả tôi, Kim Liên và Kiều Nguyệt Nga cùng chạm đáy bản thế.

Để đạt đến trạng thái vô sở trú của linh hồn, chúng tôi phải tận dụng tất cả mọi cơ năng của thân thể trong việc thụ hưởng khoái cảm nhục dục. Khi bấu chặt vào nhau, sự giải thoát sẽ đến.

Đó là sự biến đổi mang tính đốn ngộ, như sự xuất hiện của cái có.

Ông Đồ Chiểu nói với tôi: "Con người phải biết nhắm mắt thì huệ nhãn mới khởi sinh."

Tôi nói: "Thấy hết, biết hết cũng chẳng để làm gì khi chúng ta ở âm phủ và là âm phủ."

Bản chất cuộc sống là sinh dục và sinh dưỡng. Dục để dưỡng và dưỡng để dục. Vì thế, tôi cứ để tôi treo vào ái dục và vô minh.

Ông Đồ Chiểu la lên: "Tải đạo, tải đạo..."

Ông Cao Văn Lầu búng vào dây đàn khẩn cấp như có giặc cướp đến.

Lòng tôi tràn ngập một nỗi xốn xang đợi chờ.

Khi ấy, lãnh tụ Chí Phèo kính yêu đang xem phim cấp 3 trong nội phủ để nghiền ngẫm một nghị quyết mới.

Xuân Tóc Đỏ đã hoàn hồn sau lần dấn thân vào cõi mịt mùng để tìm thiên đường với tôi, hắn âu yếm lỗ tai tôi và nói: "Tôi đã tìm thấy chân lý."

Ngạc nhiên, tôi hỏi lại: "Ở đâu?"

Hắn bảo ở ngay chính sự ái dục của chúng ta. Tôi càng ngạc nhiên, Xuân Tóc Đỏ vốn chỉ là một gã cơ hội. Hắn dẫn tôi đến gốc đa trên mặt trăng, dặn: "Bí mật nhé."

Tôi gật đầu.

Hắn nói: "Cỡ Chí Phèo làm cách mạng được thì tại sao tôi với ông lại không làm được?"

Tôi bảo ai cũng có thể làm cách mạng, vấn đề là dám hay không thôi. Tôi không dám vì tôi sợ. Sợ nhiều thứ cho dù đã vào âm phủ. Xuân Tóc Đỏ chửi thề. Trí thức đúng là cục cứt.

Xuân Tóc Đỏ nói: "Tôi sẽ làm cách mạng, nhưng tôi không thể làm một mình. Tôi cần có sự ủng hộ."

Tôi bảo tôi sẵn sàng ủng hộ. Hắn từ giã tôi bằng một cái bắt tay thật chặt.

Tôi nhìn vào đám rễ chằng chịt của cây đa và phát hiện bà Phó Đoan đang đái.

Tôi hất đầu cười: "Cần gì phải kín đáo thế."

Bà Phó Đoan cũng cười: "Chẳng phải em lịch sự đoan trang gì đâu."

Tôi đùa: "Cũng muốn làm cách mạng à?"

Bà Phó cười lả lơi: "Chẳng giấu gì anh, em thủ dâm đấy."

Tôi bảo tôi chấp hành mọi chính sách của chế độ Chí Phèo nên tôi sẵn sàng phục vụ bà nếu bà muốn.

Bà Phó ôm tôi nói nhỏ: "Không phải thế đâu. Anh còn nhớ truyện cổ tích về cây đa thằng Cuội không?"

Tôi bảo tôi nhớ.

Bà nói tiếp: "Là thế này, em muốn bắt chước vợ thằng Cuội đái vào gốc đa xem nó có bay lên không."

Lại một linh hồn làm tôi ngạc nhiên. Tôi nói: "Không phải Chí Phèo đã mang đến cho chúng ta mọi lạc thú rồi sao?"

Bà Phó bĩu môi: "Anh nói cứ như cán bộ, chán như con gián."

Tôi nói: "Tôi đã nghe Vũ Trọng Phụng nói về em. Tôi cũng muốn bay đến một nơi nào khác. Em sẽ đi với tôi chứ?"

Chúng tôi làm tình với nhau không theo luật của Chí Phèo. Tai mắt nhân dân ở khắp nơi, Thị Nở bắt gặp quả tang chúng tôi phạm pháp.

Giữa lúc tôi còn bối rối, Thị Nở nói: "Chiều em đi, em sẽ không tố cáo với tổ chức."

Tôi bảo: "Mẹ mày, đi mà tố cáo."

Thị Nở nói: "Em đùa thôi mà. Cho em làm tình chung với."

Chúng tôi treo lên cành đa. Đệ nhất phu nhân Thị Nở cười sằng sặc.

Thị Nở kể: "Thằng Chí Phèo nhà em nó dâm dục lắm. Nhưng nó chỉ dâm dục với những con gọi là cái gì quốc tế ấy, chứ nó chả thèm em đâu. Em ức lắm mà chả biết làm sao. Hôm nay gặp được anh chị, em thỏa mãn lắm."

Bí mật cung đình chán cơm thèm phở của lãnh tụ Chí Phèo kính yêu do Thị Nở tiết lộ không làm rúng động thế giới hĩm. Bà Phó Đoan bảo thằng cu nào chả thế. Tôi nói dù sao cũng nên học tập. Bà Phó bảo tôi hơi bị khiêm nhường. Tôi nói cu nhân dân không thể so sánh với cu lãnh tụ. Bà Phó cười, chả trách được. Lấy Tây vẫn là mơ ước của bà.

Cành đa la đà. Bà Phó bảo: "Tây hiếp sướng lắm."

Thị Nở nói: "Hồi xưa thấy bọn Tây vào làng, em hồi hộp ơi là... hồi hộp, mong được nó hiếp xem thế nào. Nhưng bọn khốn kiếp ấy nó vờ không thấy em."

Bà Phó nói: "Cái bọn lê dương ấy chúng nó không tha ai bao giờ."

Thị Nở bảo: "Em nói thật đấy, chúng nó coi em như cứt đái. Đời em gặp được thằng Chí Phèo tưởng đã là may mắn, không ngờ còn có ngày tuyệt đẹp hôm nay."

Tôi bảo: "Em muốn sướng thì cứ bắt thằng Chí Phèo nó thực thi cái luật pháp của nó với em."

Thị Nở nói: "Ôi giào, luật với lệ gì thằng ấy. Nó bảo luật pháp là để cai trị chứ không phải để tu thân."

Kỷ niệm ngày cách mạng thành công, Chí Phèo tuyên đọc nghị quyết mới giữa buổi mít tinh trọng thể tổ chức tại quảng trường trung tâm hay còn gọi là Háng Lớn.

"Hỡi các linh hồn,

Chúng ta muốn sung sướng, và chúng ta đã được sung sướng.

Nhưng chúng ta càng ngày càng muốn sướng hơn, vì thế nay tôi quyết định:

Mọi giao dịch, quan hệ xã hội bất kể là gì, tình ái hay giao lưu văn nghệ, nhất thiết chúng ta chỉ sử dụng cái mũi.

Tại sao thế? Bởi vì cái mũi là nguồn tiếp xúc với vũ trụ giúp chúng ta duy trì sự sống qua hơi thở. Đây là chân lý. Để nâng tầm sự sống lên một đỉnh cao mới, chúng ta cần vượt qua sự hạn hẹp của lỗ tai, chỉ sử dụng lỗ mũi làm phương tiện của hạnh phúc nơi âm phủ vĩnh hằng này.

Lỗ mũi muôn năm.

Âm phủ muôn năm.

Chí Phèo kính yêu muôn năm."

Tất cả các linh hồn đều vỗ tay hoan hô và cảm động rơi nước mắt. Chúng ta lại có một niềm sung sướng mới.

Ban Tuyên dục triển khai nghị quyết hạnh phúc qua lỗ mũi bằng cách soạn một văn bản hướng dẫn tường tận cách đánh hơi như thế nào để định giá đối tượng, có bao nhiêu loại mùi, đặc trưng và tác dụng của từng loại mùi hay hít hà tận hưởng như thế nào cho sướng khoái. Vui nhất vẫn là những ngày học tập và thực hành nghị quyết.

Làm gì cho qua cái vĩnh hằng?

Tôi vui sống vì đời tôi đã có lãnh tụ Chí Phèo kính yêu. Nhờ ngài mà tôi đánh hơi được tới sâu thẳm mọi hang hím và hít hà mọi nỗi niềm ẩn mật. Nhờ ngài mà tôi tìm thấy tôi trong mọi khát vọng và sướng thoả.

Cũng nhờ học tập thông suốt nghị quyết này mà Thị Nở đánh hơi được tôi trong mọi ngóc ngách treo mình với Kiều Nguyệt Nga, Kim Liên hoặc bà Phó Đoan. Tôi cần phải minh xác điều này, về bản chất Thị Nở thâm đen hay Kiều Nguyệt Nga trắng ngần cũng không khác gì nhau. Hím nào cũng là hím. Trong thế giới vô hình tướng, tất cả bản năng và hình thái chỉ là một.

Thói quen đánh hơi và hít hà làm cho lỗ mũi của tất cả các linh hồn đều to ra và cánh mũi mỏng hơn. Không biết tự lúc nào trên khuôn mặt của các linh hồn chỉ còn hiển hiện một cái mũi. Điều này chỉ được phát giác khi lãnh tụ Chí Phèo kính yêu vi hành vào các háng. Không ai nhận ra ngài để đón chào và tung hô. Âm phủ không còn giai cấp và khoảng cách đạo đức cách mạng. Lẽ ra đây phải được coi là thành tựu tuyệt đối của cách mạng, nhưng cũng vì thế lãnh tụ Chí Phèo kính yêu đã tự đánh mất tính chính danh của mình.

Xuân Tóc Đỏ ý thức được thời cơ đã đến, hắn nói với Bá Kiến: "Thằng Chí Phèo làm đảo lộn mọi trật tự. Ông phải lôi cổ nó xuống đánh cho nó mấy roi để nó tỉnh ra biết trên biết dưới."

Bá Kiến gừ gừ trong miệng như tích tụ thù hận đã lâu, nói: "Chúng nó không biết mình là ai."

Xuân Tóc Đỏ nói thêm: "Ông cần dạy cho nó biết lễ độ."

Bá Kiến nghiến răng: "Cách mệnh! Cách mệnh cái con củ cặc!"

Xuân Tóc Đỏ nói: "Ông đừng nói thế. Tất cả chúng ta đều là cặc. Bọn chúng là cặc thối."

Bá Kiến gật gù: "Ừ, phải. Bọn cặc thối."

Rít một hơi thuốc lào, Bá Kiến bảo: "Mày lôi cổ thằng Chí Phèo về đây cho tao."

Xuân Tóc Đỏ vội thoái thác: "Dạ, con không làm được đâu ạ."

Bá Kiến hỏi: "Thế ai mới làm được?"

Xuân Tóc Đỏ rụt rè thưa: "Dạ, chỉ có ông mới làm được thôi ạ."

Bá Kiến bảo: "Chỉ có tao? Thôi được để tao tính. Thời cơ chưa chín mùi."

Thời cơ chẳng bao giờ tự nó chín mùi. Chí Phèo vẫn là lãnh tụ kính yêu của mọi linh hồn.

Một hôm, tôi nói với bà Phó Đoan: "Em đi với anh."

Chúng tôi đi về phía tây. Ở phía bao giờ nắng cũng tắt, chúng tôi nhìn thấy những bông hoa mọc tràn lan trên những lỗ huyệt trống trải, bát ngát. Hoang dại và u uẩn.

Bà Phó Đoan bảo: "Hoa là hĩm của cây cỏ. Lỗ huyệt là hĩm của trần gian. Ở đâu có lỗ huyệt ở đó là hĩm."

Tôi bảo: "Hĩm của em đẹp và giống như một cánh lan."

Bà Phó Đoan bảo: "Chỉ có một cửa ngõ duy nhất là hĩm, nếu anh muốn tìm một điều gì đó."

Tôi đứng lại nhìn bà Phó Đoan. Thế giới ở đây. Ở đây không thuộc về tôi. Tôi muốn tìm một cánh cửa khác không phải hĩm. Nhưng tôi không thấy gì khác ngoài hĩm. Hĩm khô, hĩm ướt, muôn trùng hĩm thì hĩm cũng chỉ là hĩm.

Tôi nói với bà Phó Đoan: "Ở đây hay ngoài kia, anh muốn tìm một cái gì khác."

Sự nhàm chán là địa ngục. Đây là địa ngục. Tôi phải thoát ra như thế nào? Liệu có thoát được không?

Bà Phó ham vui, nói: "Nếu anh có thể tìm thấy một cửa ngõ nào khác, cho em đi với."

Tôi nói: "Hãy đứng lên và đi."

Tôi cũng không hiểu sao, tôi vẫn quyết định đi về phía giả định là phía tây. Phía tàn lụi. Những bóng ma phất phơ nhưng ẩn ức mông lung. Họ bị trì kéo bởi những giấc mơ và treo trên những nghiệp chướng nhân quả. Họ không tự bứt được khỏi nhân quả để làm những con ma tự do. Nhưng tự do đôi khi cũng chỉ là ảo tượng. Không phải những tiếng thét gào, nhưng sự im lặng của thế giới này mới khủng khiếp làm sao.

Bà Phó nói: "Phải chăng đây mới chính là cõi chết?"

Tôi nói, khi còn cảm nhận được một điều gì đó thì chưa hẳn đã là chết. Chúng ta không đi tìm sự chết. Tôi muốn tìm Nguyễn Du, Vương Thuý Kiều, Đạm Tiên, Mã Kiều Nhi của Đoạn Trường Tân Thanh. Họ đã siêu thoát hay vẫn còn hệ luỵ? Siêu thoát ở đâu và hệ luỵ ở đâu? Tôi sợ sự vô tận.

Sau cõi lặng câm, chúng tôi rơi xuống một cõi hỗn mang. Sự hỗn mang dường như đã làm chúng tôi rơi ra xa nhau trong một khoảnh khắc.

Tôi nói: "Coi chừng lạc."

Ngay lúc đó, tôi không còn thấy bà Phó Đoan đâu nữa. Chúng tôi bị hút đi mỗi người mỗi ngả. Tôi cầu chúc cho bà tìm thấy điều bà mong ước, cho dù điều ấy vớ vẩn.

Khi mở mắt ra, tôi thấy Vương Thuý Kiều, Mã Kiều Nhi và Đạm Tiên đang từ chỗ Hồ Tôn Hiến bước lại. Họ vồ lấy tôi. Và phủ đầy linh hồn tôi mùi nước hĩm của họ. Tôi nhớ lại lời bà Phó Đoan, chỉ có một cánh cửa duy nhất là hĩm.

Tôi kêu lên: "Oan gia."

Ba cô gái cười nắc nẻ. Thế giới nào cũng thế thôi, ông anh ạ. Tuy nhiên, người tôi muốn gặp lại nhất là Hồ Tôn Hiến. Tôi cảm thấy vui vì tôi nghĩ đây là lúc tôi có thể nói chuyện với ông một cách bình đẳng nhất, không vướng vất huyền thoại hay quyền lực.

Tôi nói với ba cô gái: "Các em vẫn xinh tươi là vui rồi. Nhưng cho anh chào người chăn dắt các em cái đã."

Đạm Tiên nói: "Thúc Sinh còn sống ở Dubai, ở đây chỉ có đại ca Hồ Tôn Hiến thôi."

Tôi bảo tôi muốn gặp ông ta. Họ treo tôi trong háng và dẫn tôi đến chỗ Hồ Tôn Hiến.

Họ bảo: "Đây là cách an toàn nhất."

Hồ Tôn Hiến vẫn đường bệ và kiêu hãnh cho dù ông ta đã phải uống thuốc độc bước xuống tuyền đài.

Hồ Tôn Hiến nói ngay: "Nhà văn cũng không thể thay đổi lịch sử phải không."

Tôi đáp: "Vâng, nhà văn không làm thay đổi điều gì cho ai ngoài chính hắn."

Hồ Tôn Hiến nói: "Tôi cũng không tin là ông có thể tự thay đổi."

Tôi đáp: "Vâng, đấy chỉ là điều tôi mong muốn."

Hồ Tôn Hiến bảo: "Chúng ta đều đã làm việc vô ích."

Tôi nói: "Không chỉ vô ích mà đôi khi tàn ác."

Hồ Tôn Hiến bảo: "Trong những hoàn cảnh nhất định, khó có thể làm khác như tôi đã làm. Vấn đề chỉ là các điều kiện."

Tôi nói: "Tôi không có ý định phán xét ông."

Trong lúc chúng tôi nói chuyện, Đạm Tiên, Mã Kiều Nhi và Vương Thuý Kiều xoa bóp cho Hồ Tôn Hiến và tôi cảm nhận được quyền lực của ông.

Tôi hỏi: "Ông vẫn có thể tìm được cho mình những thứ của trần gian sao?"

Hồ Tôn Hiến cười: "Cũng rẻ thôi. Đây chỉ là hàng mã hoá vàng do độc giả của ông gửi xuống."

Hồ Tôn Hiến nói tiếp: "Tôi biết ông xuống đây cũng đã lâu, nhưng dường như ông vẫn chưa biết gì về âm phủ."

Tôi gật đầu.

Hồ Tôn Hiến nói: "Thật ra, thế giới của các ảo tượng như Chí Phèo, Kiều Nguyệt Nga vân vân... mà ông đã trải qua cũng không khác thế giới của xương thịt máu me như ông hay tôi. Tất cả chỉ do ý lực mà thành. Ông hãy thử đi."

Tôi nói: "Có ý lực là có tranh giành."

Hồ Tôn Hiến bảo: "Phải. Đây là cõi hỗn mang. Cũng vui

mà."

Tôi cảm thấy không còn gì để nói với Hồ Tiên Hiến dù trước đó tôi rất muốn được ông chia sẻ những kinh nghiệm lịch sử trần thế.

Lòng tôi nguội lạnh.

Bà Phó Đoan đã rơi vào háng nào? Tôi cần phải đi tìm bà.

Ngay khi tôi mới chỉ khởi lên ý nghĩ ấy, bà đã xuất hiện trước mặt tôi: "Em vẫn ở bên anh."

Tôi hỏi trong lúc tôi gặp Thuý Kiều, Mã Kiều Nhi, Đạm Tiên và Hồ Tôn Hiến thì bà ở đâu?

Bà Phó cười trơ tráo: "Em muốn vào hội với họ và em đã ở trong háng Hồ Tôn Hiến."

Tôi hỏi: "Em sẽ ở lại hay đi tiếp với anh?"

Bà Phó nói: "Đây là thế giới của em và em muốn ở lại."

Tôi ôm bà Phó một lúc để chia tay.

Tôi cúi nhìn nơi tôi sẽ rơi xuống. Làm thế nào đến bến mê, xoá sạch mọi ký ức? Tôi tung người và tôi thấy tôi lộn vòng. Khi rơi xuống, tôi vẫn chỉ thấy bà Phó Đoan đứng đó bịn rịn.

Bà Phó bảo: "Anh cần phải đi qua một cái háng."

Chẳng có chọn lựa nào khác, tôi chui vào háng bà Phó.

Ở phía bên kia tôi nhìn thấy những bộ xương trắng đang bốc hơi. Tôi cũng nhìn thấy nhiều người đang đi tìm hài cốt của mình. Họ bới móc và lắp ráp vào thân thể mình những lóng xương tìm thấy. Đôi khi không khớp, họ quăng đi và tiếp tục tìm kiếm. Tôi nghĩ tôi cũng có thể tìm thấy những chiếc răng sâu của mình ở đây, tuy không cần ăn nữa, nhưng răng vẫn tạo ra cảm giác. Nhưng tôi không thể đánh hơi được răng của mình ở đâu trong đống xương vô định này.

Tôi chợt rùng rợn vì nghĩ đến việc sẽ thoát ra khỏi cõi này

như thế nào nếu không đi qua một cái háng? Tôi thử tung người và lộn vòng. Tôi rớt xuống giữa đống xương. Tôi nghĩ phải tạo ra một cái háng. Và tôi tìm một bộ xương háng. Rồi tôi chui qua. Tối tăm mù mịt. Tôi không sang được phía bên kia mà tôi đang ở trong háng-tối-tăm-mù-mịt. Cụ Đồ Chiểu ơi, cứu tôi. Tôi chìm trong sự ẩm ướt. Những linh hồn lạnh giá cào cấu tôi như thể họ muốn lột da tôi. Tôi bàng hoàng nhận ra họ đang lóc thịt tôi bằng sự lạnh giá của họ.

Sự lạnh giá làm tôi tê cứng. Chẳng bao lâu tôi sẽ chỉ còn là một bộ xương khô như họ. Tôi sợ. Tại sao tôi lại sợ mặc dù tôi biết tôi đã ở thế giới của sự chết và sự sợ hãi? Tôi cố gắng vùng vẫy. Khi tôi đứng lên được, tôi không còn nhìn thấy bộ xương nào nữa mà trước mặt tôi là một ông già vẻ mặt quắc thước nhưng run rẩy vì lạnh.

Tôi hỏi ông ta: "Những bộ xương đã biến đi đâu?"

Ông già nói: "Ta đã làm củi đốt để sưởi ấm hết rồi."

Tôi hỏi lại: "Trong một khoảnh khắc?"

Ông ta đáp: "Cái lạnh ấy không thể dùng lửa bình thường mà sưởi ấm được, cũng không chỉ đốt một vài bộ xương khô là đủ."

"Và ông sẽ tiếp tục tìm củi xương để sưởi ấm?" tôi hỏi.

Ông ta bảo có đốt hết nhân loại trên mặt đất này cũng không đủ. Tôi muốn đạp cho ông một cái và tôi nghĩ không thể không đạp ông ta. Rồi tôi nhảy lên đá song phi vào mặt ông ta. Nhưng tôi chỉ trượt vào khoảng không.

Sự oán giận làm tôi không trụ chân xuống được. Tôi tiếp tục trượt đi vô định.

Tôi nghĩ cần phải có một cái háng để treo mình lại. Tôi hồi hướng về Mã Kiều Nhi, ngay lập tức, tôi thấy tôi đang treo giữa tử khí của một cung đình đã lụi tàn.

Hồ Tôn Hiến đang họp với bọn môn khách, thấy tôi Hiến

nói: "Ngồi xuống đi, ông cũng nên tham dự."

Không biết chuyện gì, nhưng tôi cũng ngồi xuống.

Hồ Tôn Hiến nói: "Tin thông thiên địa cho biết, bọn cực tả Chí Phèo đã làm cuộc cách mạng giai cấp trên toàn bộ các bộ phận chức năng của cơ thể. Tình hình rất phức tạp. Bọn chúng có thể tấn công vào triều đình phong kiến của chúng ta, gây mất ổn định chính trị và đặc quyền đặc lợi của chúng ta. Đề nghị chư huynh đệ cho biết biện pháp đối phó."

Một vị môn khách có vẻ như từng là một quan chức lớn đã về hưu, nói: "Thưa ngài lãnh tụ vĩ đại, với bọn vô sản trên răng dưới dái như Chí Phèo, chúng ta chỉ cần bảo nó, triều đình sẽ bảo đảm cho chúng một cuốn sổ hưu vĩnh hằng, tất chúng sẽ hoan hỉ nhận ơn mưa móc, vâng phục tôn ti trật tự của triều đình."

Hồ Tôn Hiến quay ra hỏi tôi: "Ông thấy thế nào?"

Tôi bảo tôi không có kinh nghiệm về sổ hưu.

Một vị môn khách khác nói: "Chúng ta đừng quên rằng, Chí Phèo cũng có thể cung cấp các sổ hưu cho đồng bọn, có khi còn hậu hĩ hơn."

Một vị môn khách có màu da đỏ như lửa nói: "Không được nói thế. Triều đình của chúng ta là ưu việt. Sổ hưu của chúng ta cao quí nhất trong toàn cõi trời và đất, vì chúng ta đã phục vụ một vị chúa tể của mọi chúa tể."

Hồ Tôn Hiến sờ cái cằm không râu của mình, nói: "Chư huynh đệ không đi vào trọng tâm của vấn đề. Trong chúng ta, ai biết Chí Phèo thực sự muốn gì?"

Tất cả im lặng.

Hồ Tôn Hiến nói: "Đây là chỉ thị, sau khi tôi chiêu đãi ông Nguyễn đây một chầu nhất dạ đế vương xong, chư huynh đệ phải báo cáo chi tiết cho tôi mọi khát vọng thâm sâu của Chí Phèo. Hết họp."

Hồ Tôn Hiến dẫn tôi đi giữa hai hàng mỹ nhân dợn sóng gợi dục. Tôi nhận ra một số khuôn mặt quen mà trên dương thế gọi là hot-girl, tôi thật sự muốn họ.

Nhưng Hồ Tôn Hiến bảo: "Ông dùng chi cái thứ lá cải ấy."

Rồi Hiến dẫn tôi đến một nơi chỉ là ánh sáng, thứ không thể tìm thấy dưới âm phủ mù mờ. Ánh sáng như ngọc lung linh. Hiến bảo: "Ông hãy tắm gội thư giãn bằng thứ ánh sáng huyễn hoặc này để thanh lọc linh hồn trước khi đón nhận những niềm vui mới."

Tôi chìm ngập trong ánh sáng và linh hồn tôi long lanh trong suốt. Ánh sáng rửa sạch tôi và ánh sáng xoa bóp tôi, tôi cảm thấy nhẹ nhàng nhưng đói khát. Rồi ánh sáng mờ đi, hương hoa trái của trời đất hoà với hương của hĩm đàn bà dìu dặt rồi đậm đặc dần, tôi hít thở bằng thứ thanh khí ấy và tôi căng phồng dần lên. Khi tôi đầy sức mạnh cũng là lúc tôi cảm thấy mình hoang dã nhất, tứ đại mỹ nhân Trung Hoa từ từ tụ hình và tôi bị treo giữa Tây Thi, Vương Chiêu Quân, Điêu Thuyền và Dương Quí Phi. Lòng tôi khát cháy.

Hồ Tôn Hiến cùng Mã Kiều Nhi, Vương Thúy Kiều, Đạm Tiên xuất hiện. Hồ Tôn Hiến nói: "Ông muốn được là Đường Minh Hoàng, Ngô Phù Sai, Hô Hàn Tà... hay tất cả cũng ok. Chúc ông thoả mãn."

Tôi bảo: "Đa tạ thịnh tình của ngài, nhưng tôi vốn không có chân mạng đế vương để hưởng lạc thượng thừa nên với các bậc mẫu nghi thiên hạ này xin kính nhi viễn chi. Nếu có thể được, tôi chỉ muốn Trần Viên Viên dân giã, kỹ nữ của thành Giang Tô hoa lệ."

Trần Viên Viên đến, tay bắt mặt mừng với các nàng hầu của Hồ Tôn Hiến. Cùng trong một cõi phong trần, họ toát ra mùi dâm đãng quí phái. Hồ Tôn Hiến tặng tôi cả bốn nàng kỹ nữ.

Tôi hỏi Hồ Tôn Hiến: "Có điều kiện gì không?"

Hồ Tôn Hiến nói: "Cứ vui chơi và quên đời."

Chúng tôi cầm kỳ thi hoạ như những kẻ tao nhã trước khi bốn nàng kỹ nữ tháo rời tôi từng mảnh và thả trôi tôi trong các mạch máu của họ. Một lạc thú tôi chưa từng biết tới và không thể mô tả.

Rồi tôi thấy lại đời.

Hồ Tôn Hiến hỏi: "Không quên đời được à?"

Tôi đáp: "Tôi và đời khác chi nhau."

Hồ Tôn Hiến nói: "Vậy thì, ông sẽ theo tôi hay theo Chí Phèo?"

Nghe cứ như cái thuở quá độ "chống cộng đến cùng" hoặc "cộng sản đến chết" của đồng bào mình.

Tôi đành xúc phạm Hồ Tôn Hiến: "Hồ Tôn Hiến hay Chí Phèo khác gì nhau?"

Hồ Tôn Hiến nói: "Người quân tử phải biết chữ thời."

Tôi đáp: "Tôi, dân vỉa hè, chỉ biết chữ không."

Hồ Tôn Hiến ném trả tôi về háng-tối-tăm-mù-mịt. Lão già vẫn dùng xương làm củi sưởi ấm đang ngồi trước háng một mình. Tôi không hiểu tại sao chỉ có duy nhất lão ở cõi này.

Tôi hỏi: "Hồi trên dương thế, cụ đã làm gì?"

Lão vuốt râu ra vẻ hài lòng về cách xưng hô của tôi: "Ta chỉ làm vì thôi. Chú hiểu không?"

"Nghĩa là cụ bị tiếm quyền?", tôi hỏi lại.

Lão ta gật đầu: "Bọn khốn nạn mượn danh ta lộng hành."

Tôi hỏi: "Sao cụ lại để bọn khốn nạn ấy mượn danh mình?"

Lão già có vẻ ngậm ngùi: "Bởi vì chính ta cũng đã là một kẻ mượn danh người khác."

Tôi lờ mờ hiểu và dật dờ im lặng. Bọn khốn nạn ấy nắm được bí mật lão, nhưng không dám giết lão vì sợ cái thế lực đã dựng nên lão. Bọn chúng buộc phải vô hiệu hoá lão và vẫn dùng lão như một biểu tượng không thể thay thế. Có lẽ không ai lạnh giá hơn lão.

Tôi cảm nhận một nỗi nguy hiểm khi ngồi bên lão. Lão có thể đốt cả tôi để sưởi ấm sự cô đơn tuyệt đối của mình. Tôi cần phải bỏ chạy hoặc giết lão, nhưng không thể. Tôi nhớ lại lời Hồ Tôn Hiến, vấn đề chỉ là ý lực. Và tôi tập trung ý lực hướng tới sự tha thứ.

Khi tôi trở nên thanh thản hơn, tôi nói với lão ta: "Tôi biết những đống xương kia do cụ tạo ra và cụ tìm cách thủ tiêu nó. Nhưng sự huỷ diệt chỉ tạo ra sự huỷ diệt khác. Tôi chân thành cầu chúc cụ siêu thoát."

Chẳng có ai siêu thoát trong thế giới này. Nhưng lão đã biến đi. Tôi dứt bỏ lão khỏi tâm trí.

Bây giờ tôi chỉ còn một mình. Và tôi nghĩ về sự cô đơn. Tôi nhớ khoảng năm 1980 trên dương thế, khi tôi bị lực lượng an ninh đón lõng bắt tại nhà ông bạn già, người hợp tác với tôi biên soạn tài liệu chống chế độ độc tài toàn trị trong điều kiện hợp pháp. Hai tên ép tôi ngồi giữa trên xe gắn máy chở về trại giam. Chiều chập choạng đông người, nhưng nỗi cô đơn mới ớn lạnh làm sao. Tôi chỉ có một mình trước cửa ngục tù và huỷ diệt. Tôi chỉ có một mình của sử lịch nhân gian. Bầu trời này rồi khép lại. Hai tay tôi bị còng. Tôi sẽ không với tới bất cứ một cái gì khác.

Thế giới vắng lặng. Nhà tù vắng lặng. Tôi cũng vắng lặng. Tôi không cầu mong điều gì cho tôi.

Tôi nhớ quà tiếp tế trong tù của mẹ tôi. Tôi nhớ trần gian. Tôi hiện về trong giấc mơ của vợ tôi bảo hãy gửi xuống âm phủ cho tôi tất cả những người bạn. Vợ tôi vào Chợ Lớn đặt hàng vài chục hình nhân vừa nam vừa nữ, rồi dán tên từng người vào lưng áo họ giống như vận động viên bóng đá, hoá vàng. Nhờ thế, tôi cập nhật được thời sự. Cũng nhờ thế, thỉnh thoảng tôi tham gia ký tên trong các tuyên bố hay kiến nghị về tình hình xã hội, đất nước.

Những người bạn tôi ngạc nhiên vì âm phủ không phải là nơi an nghỉ. Tôi nói với họ đã đến lúc cả âm phủ và dương gian phải vùng dậy. Đúng lúc ấy, bọn côn đồ xông đến, chúng ném mắm thối và gạch đá vào chúng tôi. Đó là những kẻ vĩnh viễn không thể đầu thai, bởi vì chúng phục vụ cho một ý chí tồn tại mang tính đặc quyền. Trong lúc mọi người còn hoảng loạn, Chí Phèo xuất hiện. Lãnh tụ kính yêu lớn tiếng át mọi ý lực còn mơ hồ:

"Hỡi các linh hồn,

Ai muốn sung sướng, hãy theo tôi á. Và để được sung sướng hãy tùng phục tôi á. Ai không tùng phục tôi, kẻ ấy sẽ phải đau khổ á. Vì tôi là chân lý, hãy hoan hô và kính yêu tôi á. Sau khi mãn hạn phục vụ tôi, ai cũng được cấp một số hưu vĩnh hằng á. Ngay từ bây giờ, hãy nhận lấy vinh quang này á..."

Toàn bộ âm phủ được thanh lọc. Những bạn bè tôi biến mất.

Hồ Tôn Hiến đứng cạnh tôi, lo lắng hỏi: "Liệu thành phần như tôi có phải đi học tập cải tạo không?"

Được làm vua, thua làm giặc, bận tâm làm gì. Tôi muốn nói với Hồ Tôn Hiến, nhưng tôi im lặng.

Dưới chính sách khoan hồng của cách mạng, phong kiến như Hồ Tôn Hiến bị vất vào trong háng thối. Đồi trụy phản động như tôi không bị tập trung cải tạo nhưng phải viết kiểm điểm cho đến bao giờ hết chữ.

Một hôm, Hồ Tôn Hiến hỏi tôi: "Cách mạng xét cho cùng là gì?"

Tôi bảo, vấn đề của ông chỉ là thay vì tự ca tụng mình, ông chuyển sang ca tụng Chí Phèo.

Hồ Tôn Hiến gật gù, lại hỏi: "Như vậy thì khi người ta làm lãnh tụ hay có quyền lực trong tay, người ta sẽ thông minh hơn hay trở nên tối dạ?"

Tôi bảo, chỉ những kẻ biết từ bỏ quyền lực mới là người thông minh.

Khí thế của cuộc chỉnh đốn lên ngút trời. Một trật tự khác được thiết lập. Hồ hởi phấn khởi nhất vẫn là các đồng chí theo voi ăn bã mía. Các đồng chí này tự ý chia nhau các háng sang trọng và tiện nghi nhất. Những hĩm hoặc cu thơm tho cũng bị họ chiếm đoạt tự do theo ý thích.

Trong những ngày huy hoàng ấy, Kim Liên tiểu muội rất mực nhu mì cũng vớ được một thằng cu cách mạng triệt để. Hắn làm cán bộ quản lý một háng toàn những cựu danh gia vọng tộc. Kim Liên không thiếu thứ gì. Nhưng chỉ sau một thời gian ngắn, Kim Liên đã ngoại tình với một cu cựu danh gia thất thế phải làm trâu ngựa cho các quan cách mạng cỡi. Kim Liên tâm sự, hoài cổ với anh giai chế độ cũ, phong vị của đời con gái quả không uổng phí. Chồng Kim Liên nổi điên, rút cặc ra nói: "Cặc tao vừa to, vừa có quyền lớn, thế mà mày còn ngoại tình là sao?" Kim Liên không bào chữa hay giải thích, nàng xin ly dị.

Kim Liên không về háng tập thể, nàng chọn một cái hóc bà tó thâm sơn cùng cốc ăn chay tụng kinh hành thiền. Nàng nói, em ngộ ra làm người là một cơ duyên hãn hữu trong vô lượng kiếp trầm luân trước cánh cửa giải thoát. Vì thế cần tận dụng cơ hội này để vượt qua luân hồi nghiệp chướng bước vào niết bàn chân như.

Hãy tu tập với em. Kim Liên bảo tôi.

Tôi nghiêm trang nói, anh là một công án. Em cứ tu tập và hồi hướng về anh mà tịnh độ.

Kim Liên ca vọng cổ, anh bông lơn cà chớn lăng nhăng bát nháo, hồi hướng về anh mà tịnh độ được thì cũng siêu phàm thoát tục, nhưng em trường túc đa dâm thủy nếu tụng niệm anh thì chắc là sẽ sa đoạ bộn bề chín cõi thọ tiền sa trường...

Tôi bảo, tính không của niết bàn vẫn phải mượn tính không của bộn bề sa đọa để quá giang, vì thế hãy đi qua anh mà đến với chân lý.

Kim Liên bảo anh ngụy ngôn xảo trá.

Tôi cười nói, em đã ly dị chồng rồi thì cũng nên ly thân với mọi thứ kinh thư giáo điều mà ma cà bông tổng ngổng phiêu hốt một phen.

Kim Liên bảo em chán mọi sự đời. Tôi nói sự đời hay sự đạo thì có khác chi nhau.

Kim Liên bảo, nói vậy mà không phải vậy.

Tôi nói ừ. Rồi cũng theo Kim Liên đến hang cùng ngõ hẻm. Tu đạo.

Đạo tu là đạo tù. Tôi tự giam tôi trong mật pháp. Làm thế nào có thể giải phóng mình giữa bộn bề sa đoạ? Làm thế nào thoát khỏi vô minh âm phủ? Kim Liên cho tôi ăn chay và chỉ cho phép tôi làm tình chay với nàng. Chế độ cai trị của tập đoàn Chí Phèo bao cấp toàn diện. Ăn uống theo thực đơn của chế độ, kể cả ăn chay. Yêu đương làm tình theo công thức của chế độ. Lao động và nghỉ ngơi theo chính sách của chế độ. Thưởng thức và tư duy nghệ thuật theo định hướng của chế độ. Mọi lập trường quan điểm theo mẫu của chế độ... Vì thế, mỗi chúng tôi đều được phát một cẩm nang gọi là sống và làm việc theo gương Chí Phèo, chúng tôi chỉ cần giở sách là có thể giải quyết mọi vấn đề. Việc tu đạo của chúng tôi nhờ thế tinh tiến rất nhanh. Chúng tôi hoàn toàn xả kỷ buông bỏ mình, không vọng động tà niệm. Sống an bình trong bao cấp của chế độ. Chúng tôi đã đạt đạo.

Một hôm, Xuân Tóc Đỏ đến, nói: "Biết gì chưa?"

Tôi hỏi lại như kẻ truy vấn về đạo: "Biết là biết cái gì?"

Xuân Tóc Đỏ nói: "Có một nhân vật mới vừa xuất hiện dưới âm phủ".

Tôi cười: "Giây phút nào chẳng có nhân vật mới xuất hiện."

Xuân Tóc Đỏ ra vẻ quan trọng: "Ai chẳng biết thế. Đây là nhân vật có thể làm thay đổi số phận chúng ta."

Tôi bảo: "Không ai có thể thay đổi số phận chúng ta, ngoài chính chúng ta."

Xuân Tóc Đỏ bảo: "Đây là nhân vật đặc biệt."

Tôi hỏi: "Tập Cận Bình, Obama hay Putin?"

Xuân Tóc Đỏ nói: "Steve Jobs".

Tôi trầm ngâm, tự hỏi, liệu một phù thủy công nghệ thông tin có thể đấu trí với một thằng chính trị lưu manh hay không?

Xuân Tóc Đỏ nói ngay: "Công nghệ thay đổi, cuộc sống thay đổi, chính trị cường quyền không thể câu thúc được."

Tôi nói: "Cũng tuỳ những điều kiện cụ thể. Công nghệ phục vụ công ích hay nhu cầu chính trị tùy thuộc vào bối cảnh chính trị mà nó trú ngụ."

Tuy nhiên, tôi vẫn đón nhận tin Steve Jobs đến với một niềm vui.

Vô số điện thoại di động và máy tính bảng được gửi xuống âm phủ. Vợ tôi cũng hoá vàng cho tôi một cái iPhone 5. Những kẻ không biết gọi ai để nói chuyện mang điện thoại ra vọc như vọc cặc tìm cái cảm giác khám phá, đặc biệt những ứng dụng về hình ảnh và games. Còn tôi, việc đầu tiên từ khi có điện thoại là gọi lên dương gian cho vợ dặn dò gửi một số đồ ăn và quần áo, một tập quán có từ khi tôi ở tù chế độ cộng sản, trước khi nói những chuyện khác.

Vợ tôi hỏi, âm phủ cũng giống trại tù cải tạo hay sao?

Tôi bảo, chỉ khác mỗi điều là không phải lao động thôi.

Vợ tôi nói, như vậy thì âm phủ cũng tốt.

Tôi bảo, tuy không phải lao động nhưng cũng rất phức tạp.

Vợ tôi hỏi, anh có được tự do không?

Tôi bảo cũng tùy, một người sống như con cừu sẽ không cảm thấy mất tự do, hoặc coi sự tự do của mình là gấp triệu lần loại người khác.

Em hiểu rồi, vợ tôi nói, ôm anh.

Nhờ điện thoại di động và internet, âm phủ và dương gian không còn cách trở. Ma và người nhập nhòa với nhau hầm bà lằng hổ lốn.

Tôi gặp Steve Jobs ở quán cà phê Starbucks nằm trên ngã ba ngang trái. Ông ta treo hai chân bên cửa sổ nhìn ra thác sám hối, nơi các linh hồn tự đổ xuống như nước.

Steve Jobs nói với tôi, âm phủ không giống như niềm tin tôn giáo của ông ta.

Tôi bảo, vì đây là âm phủ nên mang màu sắc đông phương, nếu you xuống hoả ngục thì có lẽ khác.

Tôi nói thêm, tôi không tin một người như you lại phải xuống hoả ngục.

Steve cười, vì thế tôi đã ở đây.

Steve hỏi tôi có thể cho ông ta một lời khuyên của người đến trước không?

Tôi nói, thật ra cũng chẳng có gì khác trần gian, vì thế you nên tự tìm hiểu lấy. Tôi bảo không có đúng sai và cũng không có giới hạn. Nếu chúng ta sống như một bầy cừu, chúng ta sẽ không phải bận tâm điều gì.

Steve bảo, chắc có sự nhầm lẫn khi ông ta rơi xuống đây và tự treo trong một hệ điều hành ẩn chứa nhiều lỗi cơ bản.

Chính vì thế, tôi nói, có nhiều người đặt hy vọng vào ông ta.

Steve nói, tôi chỉ muốn được an nghỉ trong ánh sáng và tình yêu của Chúa. Những gì cần làm tôi đã làm rồi.

Tôi nói, đấy không phải là tính cách của Jobs.

Steve bảo, nhưng tôi đã chết rồi. Một người đã chết thì nên chấm dứt mọi sự vụ. Tôi cũng muốn được giải thoát theo tinh thần Phật giáo.

Tôi chợt hiểu Jobs trong cái ẩn mật về tính không của danh và sự, sắc tướng.

Cho dù Steve Jobs không làm gì, sự có mặt của ông ta trong âm phủ cũng đã kích hoạt các bộ não đang mờ dần mọi ký ức. Các linh hồn bỗng nhận ra sự khác thường trong cuộc sống treo của mình, cũng như vai trò lãnh đạo toàn diện của tập đoàn Chí Phèo.

Ban Tuyên dục gán cho Steve Jobs cái mác "thế lực thù địch". Họ tìm cách cô lập và vô hiệu hoá Steve Jobs. Bất cứ ai đến uống cà phê với Steve Jobs đều bị Ban Tuyên dục cho người theo dõi và trấn áp. Bọn an ninh Tuyên dục thường giả dạng côn đồ hành hung những linh hồn có ý đồ phản tỉnh. Bầu khí khủng bố man rợ len lỏi vào tận các háng hoang sơ.

Kim Liên bảo, em thấy nhiều âm binh lảng vảng quanh đây, đầy sát khí.

Tôi nói, không hiểu được.

Kim Liên bảo bọn giặc cướp ở đâu cũng như nhau. Nàng nói tiếp, bọn khốn này muốn làm nản lòng những ai muốn thoát khỏi tay chúng, nhưng cách làm của chúng đê tiện hèn hạ quá.

Tôi hơi bất ngờ về nhận xét của Kim Liên. Bọn chúng thiếu tự tin vào sự chính danh và luật lệ của mình, tôi nói, một dấu chỉ của tàn lụi. Tuy thế, vẫn có rất nhiều người đến uống cà phê với Jobs. Họ nói, con người biết sợ nhưng con người cũng biết cách vượt qua nỗi sợ. Phẫn nộ là một ý thức về lẽ phải và sự công bằng.

"Thế lực thù địch" nơi Steve Jobs là niềm cảm hứng về sự thay đổi. "Thế lực thù địch" nơi mỗi công dân, trong bối cảnh độc tài toàn trị, là ý thức phản kháng, sự khác biệt và tự do. Khổng Tử cũng đã từng cổ vũ cho sự đổi mới, nhật tân-nhật tân-hựu nhật tân, nhưng Khổng Tử lại quá đề cao lòng trung thành, bởi thế trong vùng ảnh hưởng của ông ta, con người bị dìm trong cái chết của sự trung thành ngu muội.

Phèo chưa bao giờ tuyên xưng mình là cộng sản, phong kiến, tư sản hay bất cứ một mô hình xã hội nào, bản chất vô sản và khát vọng cướp chính quyền của hắn là một cuộc cách mạng tự kỷ. Nó giải phóng chính hắn thoát khỏi những ẩn ức bị đày đọa và khinh rẻ bằng cách đày đọa và khinh rẻ người khác.

Steve nói, ý thức về sự bất lực có thể lại là một địa ngục khác.

Hồ Tôn Hiến bí mật cho người đến gặp Steve đề nghị hợp tác.

Steve bảo: "Dù thế nào, tôi cũng là một ma Mỹ, sự có mặt của tôi trong hàng ngũ các anh dễ bị chụp mũ là thế lực thù địch nước ngoài xúi giục. Bọn cai trị không tin vào khả năng tự nhận thức và hành động quật khởi của sự phẫn nộ nơi người bị áp bức. Có một sự thật, các anh – kẻ cai trị hay bị trị - đều mang tâm thế của người nhược tiểu, không đủ tự tin và sức mạnh nội tại để gánh vác vận mệnh của mình. Sự vay mượn từ bên ngoài khiến các anh mất tự chủ để hành xử cho xứng hợp và giam cầm lẫn nhau."

Hồ Tôn Hiến cho vời tôi đến, nói: "Người Mỹ không ủng hộ chúng ta. Phải tính sao?"

Tôi bảo: "Tính sao là việc của ông. Nhà văn không phải người ngoài cuộc nhưng văn chương tự nó chẳng có nghĩa vụ gì cả."

Hồ Tôn Hiến nói: "Các anh cần phải hòa nhịp trái tim với trái tim đồng loại, đồng hành với dân tộc..."

Tôi đáp: "Vâng, nhưng đồng loại hay dân tộc không bắt buộc phải là anh."

Ban Tuyên dục của Chí Phèo cũng mời tôi làm việc. Họ nói: "Chúng tôi có thể bắt anh về tội tuyên truyền chống chế độ bất cứ khi nào chúng tôi muốn. Muốn tồn tại để viết, hãy cộng tác với chúng tôi."

Tôi tự hỏi mình có muốn tồn tại không và tồn tại như thế nào?

Kim Liên bảo an toàn nhất là chui vào háng em.

Tôi không chui vào háng Kim Liên mà tìm gặp cụ Đồ Chiểu, hỏi: "Cụ có phải là dân tộc không?"

Cụ Đồ Chiểu cười hiền: "Tôi thác ở Bến Tre và xuống âm phủ này theo cách của một người mù. Có thể gọi tôi là ông già Ba

Tri nhưng tôi tuyệt đối không đại diện cho dân Bến Tre hay Ba Tri."

Tôi hỏi cụ: "Cụ theo Chí Phèo hay Hồ Tôn Hiến?"

Cụ lại cười: "Tôi theo dân tộc."

Lục Vân Tiên xách chai rượu đến: "Uống với dân tộc một miếng đi."

Lục Vân Tiên rót cho tôi một chén. Tôi vốn không biết uống rượu, nên đổ rượu vào hốc mắt. Tôi thấy dân tộc nhoè nhoẹt.

Lục Vân Tiên nói: "Không phải cứ dân tộc là không có phe."

Tôi đáp: "Tôi biết điều ấy."

Và tôi chán ngấy dân tộc. Vân Tiên tiếp tục rót rượu cho tôi. Mỗi lần uống, tôi đổ vào một bên hốc mắt. Khi say tôi hỏi: "Mả mẹ mày, dân tộc đâu rồi?"

Lục Vân Tiên cười ha hả, nói: "Đất nước này có 54 dân tộc cùng chung sống, mày muốn hỏi thằng nào?"

Tôi nói: "Có thằng nào giống mày không?"

Lục Vân Tiên bảo: "Chúng nó chết hết rồi."

Tôi bảo: "Thế thì kêu tụi nó đến đây uống rượu."

Tức thì 54 thằng Lục Vân Tiên có mặt.

Tôi bảo: "Chúng mày là đồ đểu."

Đến lúc ấy tôi không phân biệt được đâu là Vân Tiên chính chủ, đâu là Vân Tiên phiên bản. Thôi thì, tao chấp nhận bản báo cáo hoàn hảo của chúng mày. Nào, vô...

Chúng nó cùng hô "vô".

Rượu đổ vào những linh hồn trong suốt và làm cho chúng trở nên long lanh. 54 thằng Lục Vân Tiên cùng nói: "Thế giới này được tạo thành bởi rượu."

Tôi bảo: "Nhưng không phải vì thế mà chúng mày có thể mượn rượu nói càn."

54 thằng Lục Vân Tiên cùng nói: "Bọn tao chỉ nói những điều chân lý."

Tôi bảo: "Không có chân lý trong sự đồng dạng như chúng mày."

54 thằng Lục Vân Tiên cùng cãi: "Sự đồng dạng là biểu hiện của chân lý đúng đắn."

Tôi bảo: "Chúng mày chỉ là cái loa, đéo phải người."

54 thằng Lục Vân Tiên cùng la lớn: "Chúng tao là người."

Tôi tỉnh rượu khi 54 thằng Lục Vân Tiên cùng lúc xéo qua linh hồn tôi với đờm rãi.

Xuân Tóc Đỏ gặp tôi. "Thời cơ đã chín mùi chưa?" Hắn hỏi.

Tôi đáp: "Đây là lúc ông có thể hành động."

Hắn lại hỏi: "Steve Jobs có giúp chúng ta không?"

Tôi đáp: "Steve Jobs không giúp ai, nhưng sản phẩm của ông ta có thể giúp chúng ta."

Xuân Tóc Đỏ biểu lộ thất vọng: "Tôi không hiểu."

Tôi nói: "Mọi tư tưởng đã trở thành lỗi thời, những cuộc cách mạng xã hội đích thực chỉ đến sau những cuộc cách mạng công nghệ. Với internet, ông có thể tiến hành một cuộc chiến không bao giờ thua khi vũ khí của ông là sự thật."

Xuân Tóc Đỏ nói: "Tôi cần thời gian để suy nghĩ về điều này".

Tôi nói: "Trong các chế độ độc tài thì sự ngu dốt và giả dối là sức mạnh. Vì thế, chỉ có sự thật mới có khả năng làm cho sức mạnh của sự ngu dốt và giả dối ấy bị lật tẩy và được khai sáng."

Xuân Tóc Đỏ không cần thời gian để suy nghĩ, hắn chạy đến chỗ Hồ Tôn Hiến, hỏi: "Ngài có thể tìm được một triệu dư luận viên ủng hộ mình không?

Hồ Tôn Hiến đáp: "Một triệu hay một tỉ không phải là vấn đề. Điều quan trọng là tập hợp họ như thế nào? Ngươi có cách chăng?"

Xuân Tóc Đỏ, nói: "Dạ, không cần phải tổ chức, chỉ cần giao việc cho họ. Hãy bảo họ nói sự thật mọi nơi mọi lúc trên iPhone và iPad."

Hồ Tôn Hiến hỏi: "Sự thật nào?"

Xuân Tóc Đỏ nói: "Cho mọi linh hồn biết họ đang bị treo và ai là kẻ treo họ."

Hồ Tôn Hiến lại hỏi: "Ngươi có biết không?"

Xuân Tóc Đỏ nói: "Dạ biết mà không dám nói."

Hồ Tôn Hiến hỏi: "Ngươi nghĩ ai là kẻ dám nói?"

Xuân Tóc Đỏ bảo: "Chúng ta bỏ tiền ra mua sự can đảm."

Hồ Tôn Hiến cười lạnh: "Ta mua nhà ngươi được không? Giá bao nhiêu?"

Xuân Tóc Đỏ toát mồ hôi hột, hắn nói: "Tôi nào có đáng chi."

Hồ Tôn Hiến rót cho Xuân Tóc Đỏ một cốc rượu: "Ta ghi nhận ý kiến của ngươi. Hãy cầm lấy chai rượu và thể hiện sự can đảm của mình."

Xuân Tóc Đỏ cầm chai rượu quý của Hồ Tôn Hiến ra ngoài và trước khi đến háng trung ương của Chí Phèo hắn đã tu hết chai rượu. Chí Phèo tiếp Xuân Tóc Đỏ trong một nếp gấp của háng Thị Nở.

"Anh bạn có kiến nghị à?"

Xuân Tóc Đỏ nói: "Bọn phản động đang tác yêu tác quái trên iPhone và iPad. Chúng xuyên tạc, nói xấu chế độ, thậm chí có âm mưu lật đổ. Chúng ta cần phải thành lập ngay một lực lượng dư luận viên hùng mạnh phản bác chúng nó."

Chí Phèo cho triệu ngay Chủ tịch Ủy ban Tuyên dục đến, hỏi: "Cần có bao nhiêu dư luận viên để át giọng thù địch, hát hò nhảy múa tụng ca chế độ tuyệt vời của chúng ta?"

Chủ tịch Ủy ban Tuyên dục nói: "Thưa lãnh tụ, tôi đã nghĩ đến vấn đề này và đang cho lập dự án để trình lãnh tụ."

Chí Phèo hỏi lại: "Cần bao nhiêu cái loa?"

Chủ tịch Tuyên dục nói: "Dạ, theo tỉ lệ địch một ta mười. Các đồng chí tổ phụ của chúng ta không bao giờ ngần ngại trong việc lấy thịt đè người. Và họ đã luôn luôn chiến thắng."

Chí Phèo bảo được, cho thi hành ngay.

Cuộc chiến giữa phe Hồ Tôn Hiến và Chí Phèo lại bùng nổ. Vô số ngôn từ mới phát sinh để thích nghi với tính đa dạng của các chiêu thức hạ đẳng. Phổ biến nhất vẫn là sự văng tục được biến cải từ hĩm và cu, như thể cu và hĩm là một loại vũ khí tối thượng có khả năng làm tê liệt đối thủ bằng sự điếm nhục. Một nghịch lý mang tính hủy hoại toàn bộ ý nghĩa cuộc sống con người bất kể là âm phủ hay dương gian. Cái tốt đẹp nhất trở thành cái xấu xa nhất. Và vì thế ngôn từ càng trở nên phong phú hơn và lắt léo hơn bởi sự bất thường mà người ta phải đối phó với thói quen văn hoá của mình.

Để làm sống động hơn và tăng tính hiệu quả cho cuộc chiến, phe Hồ Tôn Hiến cho đặt hàng trên dương thế những chiếc mặt nạ mang hình cái hĩm, và sẵn sàng dán vào mặt bất cứ dư luận viên nào cứ như thể họ chưa bao giờ ở trong hĩm. Trong khi phe Chí Phèo cho làm những con cu bằng giấy các tông nhồi và tống ngay vào miệng những ai lên tiếng chỉ trích chế độ cai trị của họ.

Tôi gọi điện thoại bảo vợ, cuộc cách mạng đích thực đã tới. Dương gian và âm phủ đã tiếp cận được với nhau một cách trực tiếp thông qua công nghệ hoá vàng. Vì thế âm phủ có thể tác động với dương gian và ngược lại. Nghĩa là nếu bạn muốn có một vị trí tốt dưới âm phủ, bạn có thể đầu tư ngay khi còn sống bằng cách nắm bắt tình hình và đầu tư vào một phe nào đó. Tất nhiên mức độ may rủi cũng như chơi chứng khoán thôi. Tôi hỏi vợ, em có muốn làm bà chúa dưới âm phủ không? Vợ tôi bảo, thà làm ma vất vưởng ở dương gian còn hơn làm bà chúa dưới âm phủ. Tôi hỏi sao vậy? Vợ tôi bảo anh có điên không? Tôi bảo đùa thôi. Rồi tôi nói tôi sẽ thu xếp để vợ tôi có thể trở thành nhà cung cấp vũ khí cho cả hai phe. Một cơ hội làm giàu ngon lành. Vợ tôi bảo đừng đùa dai thế.

Tôi thuộc khuynh hướng chống lại sự cai trị và áp đặt. Vì thế, tôi ngầm ủng hộ phe Hồ Tôn Hiến. Tôi biết sau khi bị Mã Giám Sinh bức tử, Hồ Tôn Hiến muốn tìm cách lật đổ Chí Phèo nhằm lấy lại quyền cai trị của mình bằng cách liên kết với bọn phản động và các thế lực thù địch cả ở dưới âm phủ và trên dương thế. Hồ Tôn Hiến tinh khôn như chồn cáo, nhưng Hồ Tôn Hiến không biết Chí Phèo bựa như chính danh của hắn. Những đòn của Hồ Tôn Hiến đánh vào Chí Phèo vì thế giống như đánh vào quả cầu xoay, nó trượt đi không để lại dấu vết. Nhưng ngôn ngữ của Chí Phèo lại làm tổn thương Hồ Tôn Hiến nghiêm trọng. Hồ Tôn Hiến cần một sách lược hiệu quả mang tính quyết định.

Tôi nói tôi không thể giúp ông ta, Steve Jobs cũng không thể giúp ông ta, nhưng con người mà ông ta thù oán là Mã Giám Sinh có thể giúp ông. Hồ Tôn Hiến tỏ ra ngạc nhiên, thằng bán tơ ấy ư?

Tôi nói, người giết ông được thì cũng có thể cứu ông được.

Hồ Tôn Hiến hỏi, làm sao có thể gặp hắn? Tôi bảo ý lực là lòng thành.

Mã Giám Sinh đến.

Hắn hỏi Hồ Tôn Hiến: "Ông không còn oán hận tôi sao?"

Hồ Tôn Hiến tỏ ra bình thản: "Nói không thì cũng không đúng. Nhưng dù sao chúng ta cũng đều đã phải chết. Tuy cái chết không hoà giải nhưng đã xoá mờ mọi khác biệt giữa chúng ta. Tôi muốn chúng ta bắt đầu lại một cuộc cờ khác. Ông giúp tôi chứ?"

Mã Giám Sinh hỏi: "Ông còn dám tin tôi sao?"

Hồ Tôn Hiến bảo: "Không có điều gì che giấu được sau cái chết."

Mã Giám Sinh nói: "Được".

Hồ Tôn Hiến hỏi: "Ông muốn được đền đáp như thế nào?"

Mã Giám Sinh nói: "Tôi không phải là người theo đuổi quyền lực. Vì thế, tôi chỉ muốn ông giao lại cho tôi ba cô gái: Đạm Tiên, Vương Thuý Kiều và Mã Kiều Nhi."

Hồ Tôn Hiến bảo: "Sau danh vọng và quyền lực, thì ba cô gái ấy là báu vật, đặc biệt trong cõi vĩnh hằng này. Tuy nhiên, tôi sẵn sàng giao lại cho ông."

Mã Giám Sinh dắt ba cô gái đi. Hắn nói với ba cô: "Suốt cuộc đời Chí Phèo trên dương thế chỉ có được 5 ngày ngửi mùi hĩm. Nhờ 5 ngày đó hắn biết thế nào là ái tình, con người và sự lương thiện. Nhưng 5 ngày đó cũng đủ chừa cho hắn tất cả thời gian còn lại dưới âm phủ là mất đi vĩnh viễn bản chất con người. Những gì hắn cho thực thi trong âm phủ này chỉ là trả thù cho sự mất mát đó. Nhiệm vụ của các cô là gieo mầm sự sống vào lòng hắn bằng sự đam mê mông muội của ái tình nhục dục. Khi hắn biết hắn là người thì hắn sẽ phải chết. Cái ác sẽ kết thúc."

Hồ Tôn Hiến vui vẻ gặp tôi. "Còn cậu, cậu muốn được thưởng cái gì?"

Tôi bảo, tôi chỉ muốn nhìn thấy sự thay đổi.

Hồ Tôn Hiến nói: "Tôi đã sống trong các chế độ độc tài từ phong kiến đến toàn trị, và tôi biết cái khó khăn của mọi cuộc cách mạng không phải là tìm kiếm sức mạnh áp đảo từ bên ngoài mà chính là giải tỏa sức nặng của cái ngu trung nội tại trong lòng chế độ. Chính cái bọn ngu trung là lực cản lớn nhất cho mọi thay đổi."

Hồ Tôn Hiến nói tiếp: "Chính vì thế, chỉ làm biến chất Chí Phèo không thôi thì chưa đủ. Cần làm cái gì đó toàn diện hơn để chuyển hóa cả đám đông."

Tôi bảo đám đông chỉ là một lũ a dua bầy đàn thôi. Tuy nhiên, thời của các lãnh tụ muôn năm cũng đã hết. Vấn đề là kích động được đám đông.

Hồ Tôn Hiến bảo: "Âm phủ là một đám đông đã liệt kháng."

Tôi nói, không. Đấy là nghệ thuật của chính trị.

Hồ Tôn Hiến hỏi tôi: "Muốn đánh cờ không?"

Tôi nói, không. Tôi chán cái trí khôn của tôi quá rồi. Rồi tôi treo tôi lên sự trống vắng trong cái háng không còn mùi hĩm của ba cô gái tôi yêu quí bỏ lại.

Những gì Chí Phèo biết về thế giới chỉ là mối quan hệ đấu tranh giữa kẻ cai trị và bị trị của những nhà cách mạng nuôi chí căm thù phục hận theo kiểu cướp cạn, trong thời gian hắn ở tù, tương tự mối quan hệ của hắn và Bá Kiến. Vì thế, để giải phóng mình khỏi cái ức chế bị coi là công cụ, Chí Phèo biến thế giới thành công cụ và mọi mối quan hệ xã hội thành dây xích.

Khi Mã Giám Sinh mang ba cô gái đến, Chí Phèo rất bựa bảo: "Buôn vua hay buôn gái, tội đều đáng chết."

Mã Giám Sinh nói: "Vâng, tôi đáng chết. Nhưng xin ngài cứ thượng hưởng."

Chí Phèo cười lạnh: "Hãy sử dụng sự thông minh của mình đúng chỗ."

Mã Giám Sinh ngay tức khắc tự xử bằng cách đập vỡ vỏ chai rượu trên bàn và đâm vào mặt mình như xưa kia Chí Phèo đã từng làm như thế ở nhà Bá Kiến.

Chí Phèo nói: "Ngươi có thể ra đi."

Mã Giám Sinh cầm theo chai rượu vỡ cùng với khuôn mặt đầy máu bước ra vĩnh viễn khỏi tầm nhìn của Chí Phèo.

Tin vui lan nhanh trong toàn thể âm phủ. Ba cô gái của Đoạn Trường Tân Thanh có mặt trong háng trung ương của Chí Phèo. Có người bảo Chí Phèo muốn nếm mùi đoạn trường, nhưng cũng có người nói, hắn biết sống rồi đấy. Dẫu sao, người ta cũng hy vọng, nước nhờn của các cô sẽ làm cho Chí Phèo trở nên con người và tươi mới hơn.

Chí Phèo thú nhận với các cô gái: "Ta chưa từng biết tới sự diễm lệ của những giọt nước mắt hay sự sang trọng nồng nàn của ái tình vương giả. Vì thế các nàng cứ tự nhiên mà phô bày trình diễn mọi kiểu cọ cung đình quí tộc để cho Chí Phèo này một phen biết thế nào là thần tiên lạc cảnh."

Đạm Tiên cười tươi như hoa: "Anh hai vào vai thật tuyệt. Để tạ lòng tri kỷ, chúng em xin tận tâm phục vụ. Không phải hĩm nào cũng là hĩm. Anh hai sẽ là Ceasar đại đế của đêm đông phương kỳ ảo."

Ba cô ríu rít cởi quần áo lột trần Chí Phèo đưa đi tắm và xoa bóp cho hắn.

Chưa xong công đoạn vệ sinh và hâm nóng cơ thể, Chí Phèo đã bảo: "Ra rồi."

Các cô bảo: "Không sao, chúng em sẽ làm cho anh hai tiếp tục ra một cách oai hùng lẫm liệt cho đến muôn đời sau."

Đúng như các cô nói, với tinh thần phục vụ không biên giới, các cô đã làm cho Chí Phèo lúc nào cũng ra nước như người bị hượt tinh mãn tính. Tuy nhiên, cả ba cô đều biết một cách chính xác rằng, không có một con tinh trùng nào ở trọ trong thứ nước nhớp ấy. Họ gọi đó là hiện tượng "xuất tinh khống", xuất tinh do sướng về mặt tinh thần. Đối với Chí Phèo, được giải phóng khỏi sự ức chế tâm lý vô sản, khi hắn làm chủ nhân ông của ba cô gái, là một cảm giác vừa phiêu hốt vừa tràn đầy, nó đẩy cái khối lượng thể chất của Chí Phèo cao lên một tấc cách mặt đất và làm hắn mất trọng lực. Vì thế, xuất tinh trở thành một hiện tượng thường trực và không thể kiểm soát.

Nhưng điều ấy không làm cho thế giới trở nên hân hoan hơn. Mọi chính sách của Chí Phèo đều phát sinh từ cái nguồn cơn bất định của cảm giác rất Chí Phèo ấy. Nó bao giờ cũng bất hợp lý và vì thế luôn luôn thay đổi. Tuy thế, cái bất hợp lý cũng chưa phải là một thứ không chịu đựng nổi mà bởi chính cái tự coi mình ưu việt hơn tất cả của Chí Phèo để lãnh đạo toàn diện và tuyệt đối, mới là địa ngục. Nó xoá bỏ mọi cái không phải Chí Phèo. Để tồn tại, người ta phải chấp nhận sự đồng nhất với Chí Phèo.

Đạm Tiên, Vương Thuý Kiều và Mã Kiều Nhi không những không thể làm cho Chí Phèo biến chất, mà còn làm cho sự bất định và vô lý của Chí Phèo được nâng lên một tầm cao mới. Một phần không thể thiếu của cuộc sống. Ban Tuyên dục mở chiến dịch tung hô và học tập theo gương đổi mới của Chí Phèo. Không sống và làm việc như Chí Phèo không phải là người.

Với tôi, khoản học tập gái gú theo gương Chí Phèo thì quả không có gì phải phàn nàn. Nhưng các cụ như Đồ Chiểu hay thậm chí Vũ Trọng Phụng lại khác. Họ cho rằng sự vô độ là biểu hiện của suy thoái đạo đức, phỉ báng truyền thống dân tộc.

Cụ Đồ Chiểu cho gọi Lục Vân Tiên đến, nói: "Trai thời trung hiếu làm đầu, gái thời tiết hạnh làm câu trau mình. Ta không thể nhắm mắt làm ngơ mãi với bọn vô văn hoá mất gốc như Chí Phèo. Ngươi cần tụ nghĩa cần vương dẹp loạn."

Lục Vân Tiên e dè thưa lại: "Thưa thầy, cần vương là cần cho ai?"

Cụ Đồ Chiểu bất ngờ bị hỏi ngược, bối rối nói: "Ờ... thì ta cũng không biết cần vương cho ai, nhưng vẫn cứ phải cần vương, phục hưng đạo lý thánh hiền."

Lục Vân Tiên đứng giữa trời than: "Chí làm trai da ngựa bọc thây, nhưng ta biết phục vụ ai giữa chốn tù mù này?"

Mã Giám Sinh bảo: "Hãy đến với Hồ Tôn Hiến."

Lục Vân Tiên đến háng của người tụ nghĩa.

Hồ Tôn Hiến hỏi: "Anh bạn đã từ giã vợ con chưa?"

Lục Vân Tiên thưa: "Tôi vì nghĩa lớn, gác lại tình riêng."

Tuy thế, Hồ Tôn Hiến vẫn nói: "Anh bạn cứ về nhà bàn bạc với vợ con rồi đến với ta cũng không muộn."

Lục Vân Tiên chán nản về nhà. Nhưng Mã Giám Sinh nói:

"Cậu không hiểu sự nhân từ đức độ của Hồ Tôn Hiến sao?"

Lục Vân Tiên vỡ nhẽ, Hồ Tôn Hiến quá nhân bản.

Hồ Tôn Hiến biết mình biết người. Kẻ mà ông ta chờ đợi vẫn chưa tới.

Tin đại nguyên soái băng hà được truyền xuống âm phủ vào một ngày cuối thu, tất cả các facebooker từng là chiến binh đều hoan hỉ. Họ nói, chúng ta đã chết để ngài trở thành đại nguyên soái, thì cũng đến lúc đại nguyên soái phải chết để chúng ta tiếp tục là chiến binh của ngài như ý trời đã định.

Hồ Tôn Hiến cho chuẩn bị một lễ tiếp nhận trọng thể. Ông ta hoàn toàn có lý do để tin rằng, đại nguyên soái xuống âm phủ sẽ đến thẳng chỗ ông ta mà không phải bất cứ háng nào khác. Bởi đại nguyên soái là một biểu tượng của sự trung thành bất chấp thời thế.

Quả nhiên, sau đúng 49 ngày, đại nguyên soái rơi thẳng xuống lễ đài nơi Hồ Tôn Hiến treo cờ quạt tưng bừng đón tiếp. Cả âm phủ khóc rống lên vì vui mừng, từ nay họ sẽ có nguyên soái để lãnh đạo cuộc trường chinh mới, tiếp tục đổ máu cho một mục đích không bao giờ đến. Nhưng cũng có không ít người chờ đợi để hạch hỏi nguyên soái về máu xương họ hy sinh đã mang lại điều gì thiết thực? Thậm chí có người còn đặt câu hỏi: "Nguyên soái có phải là người vô can trong cái chết của họ và tình trạng lâm sàng của các thế hệ kế tiếp trên dương thế?"

Dù thế nào, nguyên soái cũng đã có mặt trong háng Hồ Tôn Hiến. Thay vì giơ tay chào kiểu nhà binh, ông ta cúi gập người xuống rất lâu, cho đến khi Hồ Tôn Hiến bước đến nâng ông ta, nguyên soái mới đứng thẳng người lại với khuôn mặt đầy nước mắt.

Hồ Tôn Hiến rất cảm động hỏi: "Chú có điều gì oan ức chăng?"

Nguyên soái: "Thưa đại ca, em chờ lệnh."

Hồ Tôn Hiến nói: "Chú ngồi xuống, ăn miếng cháo lú của âm phủ. Chúng ta bắt đầu lại."

Nguyên soái hỏi: "Có nhất thiết phải ăn cháo lú không?"

Hồ Tôn Hiến nói: "Nếu không ăn sẽ không thể chịu đựng nổi với ký ức."

Nguyên soái bảo: "Em không muốn quên bất cứ điều gì".

Hồ Tôn Hiến nói: "Không cần thiết. Hoàn toàn không cần thiết. Ý lực mới sẽ mang đến tất cả mọi điều chúng ta muốn. Nhưng trước hết, chúng ta cần có một ý lực cách mạng tập thể đủ mạnh để áp đảo những ý lực phản động rời rã khác."

Nguyên soái: "Chiến thuật biển người trong mọi trường hợp đều đúng."

Ở háng trung tâm, Chí Phèo đón nhận tin nguyên soái xuống âm phủ với một chút lo lắng. Cái lo lắng thật sự không phải vì tài năng cầm quân của nguyên soái, mà ở ngay trong nội bộ hàng ngũ phe đảng Chí Phèo, những kẻ cơ hội. Làm thế nào ngăn ngừa sự đào ngũ trở cờ tự diễn biến của thuộc hạ? Chí Phèo cho gọi Xuân Tóc Đỏ.

Chí Phèo nói: "Ta có mấy câu hỏi cho ngươi: Một, nếu chiến sự nổ ra giữa ta và Hồ Tôn Hiến, ta có thể ăn vạ Diêm vương được không? Diêm vương có giúp ta không? Hai, niềm tin của ta cần đặt vào đâu?"

Xuân Tóc Đỏ: "Ngón võ ăn vạ vẫn là tuyệt chiêu của ngài. Diêm vương không thể không vì ngài. Về câu hỏi thứ hai, xin ngài luôn nhớ, chúng ta đang sống trong thế giới vô hình, vì thế hãy là vô hình trước mọi cuộc tấn công. Chiến thắng cuối cùng sẽ thuộc về ngài."

Chí Phèo hỏi: "Bọn âm binh vẫn hưởng bổng lộc của ta sẽ làm gì?"

Xuân Tóc Đỏ nói: "Chúng sẽ phục vụ người chiến thắng."

Xuân Tóc Đỏ được Chí Phèo ban cho ân huệ theo đóm ăn tàn, luôn có mặt bên cạnh hắn trong mọi cuộc xuất hiện trước công chúng. Xuân Tóc Đỏ dùng hình ảnh đó để tống tiền và tình mọi viên chức và các cơ quan đoàn thể trong hệ thống.

Chí Phèo trở thành người điếc trước dư luận oán thán và những kiến nghị thay đổi của những kẻ trung thành. Hắn cũng là người mù lòa trước những nguy cơ sập bẫy do chính hắn tạo ra.

Không một ai có thể được coi là đứng ngoài cuộc tranh chấp quyền lực giữa Chí Phèo và Hồ Tôn Hiến. Nạn nhân đầu tiên là những kẻ nghiêng ngả không dứt khoát theo ai. Những kẻ tưởng mình khôn có thể hưởng lợi từ hai phía, nhưng họ đã bị tuyên án tù, hoặc phải chết do trâu bò húc nhau mà không ai phải chịu trách nhiệm. Nhân dân hay các đảng linh hồn không còn biết mình là ai. Đứng ở đâu cũng là cá nằm trên thớt. Giữa lúc ấy, tôi tình cờ đọc được thông tin này:

TUYÊN BỐ CỦA NHÂN DÂN BA XÃ
PHỤNG CÔNG, XUÂN QUAN, CỬU CAO
HUYỆN VĂN GIANG

Chúng tôi những người nông dân bị cướp đất cho dự án đô thị Ecopark (khu đô thị thương mại du lịch Văn Giang).

Trong 9 năm vừa qua, chúng tôi đã gửi đơn khiếu nại tố cáo đến các cơ quan nhà nước có thẩm quyền theo đúng quy định của pháp luật. Nhưng đến nay các cơ quan pháp luật đó vẫn cố tình không giải quyết. Để mặc nhà đầu tư dùng xã hội đen đàn áp nhân dân để cướp đất. Chúng tôi, 1244 hộ dân có đất bị cướp không thể chịu đựng thêm được nữa. Xin tự nguyện đăng ký mỗi hộ dân ít nhất một người quyết CẢM TỬ với bọn cướp đất để bảo vệ đất đến cùng.

Văn Giang, ngày 7 tháng 10 năm 2013

(http://xuandienhannom.blogspot.com/2013/10/thukhan-gui-ong-vu-uc-am-truoc-khi-len.html)

Điều này mang đến cho tôi một nguồn cảm hứng kỳ lạ. Tôi gặp Lục Vân Tiên và kể cho chàng nghe về việc những nông dân mất niềm tin vào pháp luật và công lý, đứng lên tự giải quyết các mâu thuẫn xã hội bằng chính sinh mạng của họ. Tôi nói, âm phủ cũng cần quyết liệt như thế, dù với bọn Tuyên dục hay thậm chí Chí Phèo hoặc Hồ Tôn Hiến.

Lục Vân Tiên bảo: "Tôi không làm lãnh tụ được."

Tôi nói, cuộc cách mạng đích thực nơi mỗi linh hồn không cần có lãnh tụ. Hãy cảm tử đi.

Nhưng Lục Vân Tiên nói: "Tôi chỉ còn là một biểu tượng. Tất cả ý chí của tôi, cái có thể biến thành hành động, đã lụi tàn trong những giáo điều về con người trí thức mẫu mực."

Tôi không còn cách nào khác là viết một kịch bản mới.

Nhân ngày Vu lan, cửa âm phủ mở ra, tôi về trần gian bảo vợ ra chợ Kim Biên tìm mua cho tôi một chai thuốc độc.

Vợ tôi hỏi: "Anh không muốn đầu thai nữa sao?"

Tôi nói: "Anh cần chấm dứt mọi sự một cách tuyệt đối."

Vợ tôi không tin, cười nói: "Làm sao anh đến được thế giới tuyệt đối?"

Tôi bảo: "Vấn đề chỉ là thái độ."

Hồ Tôn Hiến cũng quay lại trần gian. Tôi gặp ông ta ở quán thịt chó.

Tôi hỏi: "Ông có điều gì hối tiếc không?"

Hồ Tôn Hiến bảo: "Không, lịch sử là cái không thể thay đổi. Nếu có điều gì phải hối tiếc thì đó chính là tôi đã biến thành người do dự vào giai đoạn cuối đời và cái sự bất tử của tôi đã không như tôi muốn."

Tôi nói: "Ông vẫn còn cơ hội làm lại danh vọng mình trong cuộc chiến đấu với Chí Phèo dưới âm phủ."

Hồ Tôn Hiến bảo: "Thật ra Chí Phèo cũng chỉ là một thái cực khác của tôi thôi. Trong thế giới vĩnh hằng, cái bản chất của chúng ta cũng vĩnh hằng, vì thế tôi hành động chỉ để hành động, nghiệp chướng không vì thế tăng lên hay giảm xuống."

Và như biết được ý định của tôi, Hồ Tôn Hiến nói: "Hãy đưa chai thuốc độc cho tôi. Tôi không cần sự bất tử."

Tôi nhìn Hồ Tôn Hiến chăm chú. Tôi cảm nhận được sự thấu suốt của ông ta về sự sống. Tôi đưa chai thuốc độc cho ông. Chúng tôi cùng quay lại âm phủ.

Tôi gặp Diêm Vương.

Tôi biết tôi đã thực sự chết. Và đây là niềm hy vọng của tôi. Tôi thưa với Diêm Vương: "Tôi không có gì để tri ân ngài về cái chết và cuộc chờ đợi của tôi trong âm phủ này. Tôi đã không phải đền tội hay bất cứ thử thách nào cho quá khứ và tương lai của tôi. Nhưng tôi thành thật mong ước xin ngài một ân huệ."

Diêm Vương im lặng.

Tôi nói tiếp: "Hãy biến âm phủ thành một nơi chờ đợi của niềm vọng tưởng mãi mãi."

Diêm Vương: "Thay đổi công năng của âm phủ là điều hoàn toàn có thể. Nhưng không vì thế mà ta có thể trở thành một Thượng đế nhân từ. Tuy nhiên, với ngươi, ta gia hạn cho ngươi thời gian để quán tưởng về âm phủ. Bởi vì âm phủ đích thực là nơi chờ đợi của niềm vọng tưởng vĩnh hằng. Quân đâu, hãy mang tên này trả lại trần gian."

2014

NGUYỄN VIỆN

Tên khai sinh: NGUYỄN VĂN VIỆN

Sinh ngày: 1.2.1949 tại Đồng Xá, Hải Dương.

Hiện sống và viết tại Saigon.

Chủ trương: Nhà xuất bản Cửa.

Từng làm việc tại các báo:

Thanh Niên, Gia Đình và Xã Hội, Thể Thao và Văn Hóa, Đẹp, Saigon City Life...

Tác phẩm đã xuất bản:

- *Trinh nữ* (tập truyện). NXB Đồng Nai, 1995. Việt Nam.
- *Bố mẹ và con và...* (tạp bút). NXB Trẻ 1997. Việt Nam.
- *Hạt cát mang bóng đêm* (tiểu thuyết). NXB Trẻ 1998. Việt Nam.
- *Rồng và Rắn* (tiểu thuyết). Tổ hợp xuất bản Miền Đông Hoa Kỳ, 2002. Hoa Kỳ.
- *Thời của những tiên tri giả* (tiểu thuyết). NXB Công An Nhân Dân, 2003. Việt Nam.
- *Chữ dưới chân tường* (tiểu thuyết). NXB Văn Mới, 2004. Hoa Kỳ.
- *26 LầnTờbờlờ* (tiểu thuyết). NXB Cửa, 2008. Việt Nam.
- *Cơn bấn loạn bằng phẳng* (tiểu thuyết). NXB Cửa, 2008. Việt Nam.
- *Em có gì bí mật, hãy mail cho anh* (tiểu thuyết). NXB Cửa, 2008. Việt Nam..
- *Nín thở & chạy & một hơi* (thơ). NXB Cửa, 2008. Việt Nam.
- *Đi & Đến* (tập truyện). NXB Cửa, 2009. Việt Nam.
- *Ngồi bên lề rất trái* (truyện & kịch). NXB Cửa, 2011. Việt Nam.
- *Nhảy múa để chết* (tiểu thuyết). NXB Tiếng Quê Hương, 2013. Hoa Kỳ.

- ***Đĩ thúi*** (tiểu thuyết). NXB Cửa, 2013. Việt Nam.

- ***Đĩ thúi & phần còn lại ở cõi chết*** (tiểu thuyết). NXB Chương Văn, 2015. Hoa Kỳ.

- ***Em có gì bí mật, hãy mail cho anh*** (phiên bản mới). NXB Sống, 2015. Hoa Kỳ.

- ***Ma & Người*** (tiểu thuyết). NXB Tiếng Quê Hương, 2018. Hoa Kỳ.

- ***Trong hàng rào kẽm gai, tôi thở*** (thơ). NXB Nhân Ảnh, 2018. Hoa Kỳ.

- ***Thần thánh không biết bơi*** (tiểu thuyết). NXB Mở Nguồn, 2019. Hoa Kỳ

- ***Thảo mai trên dốc gió*** (tiểu thuyết). NXB Mõm Vuông, 2021. VIệt Nam

- ***Nu Na Nu Nống*** (truyện), NXB Cửa, 2023. Việt Nam.

- ***Cõi người ở lại*** (truyện), NXB Cửa, 2023. Việt Nam

NXB GIẤY VỤN tái bản (Amazon phát hành) 2016:

- ***Rồng và Rắn***

- ***Chữ dưới chân tường***

- ***26 lần TờBờLờ***

- ***Cơn bấn loạn dưới đất*** (tựa cũ: Cơn bấn loạn bằng phẳng)

- ***Đi tới cuối đường...*** (tựa cũ: Đi & Đến)

- ***Ngồi bên lề, rất trái...***

www.ingramcontent.com/pod-product-compliance
Lightning Source LLC
LaVergne TN
LVHW031606060526
838201LV00063B/4744